SÁCH NẤU MUỐI, BÉO, AXIT, NHIỆT

Từ gia vị đến áp chảo, Khám phá sức mạnh tứ đại trong 100 món ăn ngon

Bích Linh

MỤC LỤC

GIỚI THIỆU

Chào mừng bạn đến với "Sách dạy nấu ăn về muối, béo, axit, nhiệt: Từ gia vị đến áp chảo, Khám phá sức mạnh của bốn yếu tố trong 100 món ăn ngon." Trong thế giới nấu ăn, việc làm chủ sự cân bằng giữa muối, chất béo, axit và nhiệt là chìa khóa để tạo ra những món ăn không chỉ ngon mà còn thực sự đặc biệt. Lấy cảm hứng từ những nguyên tắc được nêu trong cuốn sách nổi tiếng của Samin Nosrat, cuốn sách nấu ăn này là hướng dẫn giúp bạn khai thác toàn bộ tiềm năng của bốn yếu tố này và nâng khả năng sáng tạo ẩm thực của bạn lên một tầm cao mới.

Muối, chất béo, axit và nhiệt là những yếu tố tạo nên hương vị, kết cấu và sự cân bằng trong nấu ăn. Trong cuốn sách nấu ăn này, chúng tôi đi sâu vào từng yếu tố, khám phá vai trò của nó trong việc tăng cường nguyên liệu, phát triển hương vị phức tạp và tạo ra những món ăn đáng nhớ. Cho dù bạn đang nêm một chút muối, làm giòn mỡ để có kết cấu hoàn hảo, cân bằng độ axit để tạo độ sáng hay sử dụng nhiệt để tạo caramen và độ đậm đà của hương vị, bạn sẽ học cách sử dụng những yếu tố này một cách chính xác và tự tin.

Mỗi công thức trong sách dạy nấu ăn này đều được chế tạo cẩn thận để thể hiện sức mạnh biến đổi của muối, chất béo, axit và nhiệt. Từ món xa lát đơn giản và món chính thịnh soạn đến món tráng miệng hấp dẫn và mọi thứ ở giữa, bạn sẽ tìm thấy một loạt món ăn đa dạng tôn vinh sự kỳ diệu của bốn yếu tố thiết yếu này. Với hướng dẫn chi tiết, mẹo hữu ích và hình ảnh tuyệt đẹp, bạn sẽ có cảm hứng để thử nghiệm, đổi mới và tạo ra những kiệt tác ẩm thực của riêng mình.

Vì vậy, cho dù bạn là một đầu bếp mới tập mong muốn tìm hiểu các nguyên tắc cơ bản về hương vị hay một đầu bếp dày dạn đang muốn trau dồi kỹ năng của mình, "Sách dạy nấu ăn về Muối, Chất béo, Axit, Nhiệt" đều có thể cung cấp thứ gì đó cho tất cả mọi người. Hãy để cuốn sách nấu ăn này trở thành người bạn đồng hành của bạn khi bạn vào bếp, khám phá sự kỳ diệu của muối, chất béo, axit và độ nóng trong từng miếng ăn ngon.

XA LÁT

1.Bắp cải sáng

THÀNH PHẦN:
- 1/2 bắp cải đỏ hoặc xanh vừa (khoảng 1 1/2 pound)
- 1/2 củ hành đỏ nhỏ, thái lát mỏng
- 1/4 cốc nước cốt chanh
- Muối
- 1/2 chén lá mùi tây thái nhỏ
- 3 muỗng canh giấm rượu vang đỏ
- 6 muỗng canh dầu ô liu nguyên chất

HƯỚNG DẪN:
a) Cắt đôi bắp cải qua lõi. Dùng dao sắc cắt phần lõi theo một góc. Cắt mỏng bắp cải theo chiều ngang và đặt vào một cái rây đặt bên trong tô xa lát lớn. Nêm hai nhúm muối vừa đủ để giúp rút nước, quăng các lát và đặt sang một bên.

b) Trong một bát nhỏ, trộn hành tây thái lát với nước cốt chanh và để yên trong 20 phút cho hành tây chín. Để qua một bên.

c) Sau 20 phút, hãy chắt bớt nước mà bắp cải đã chảy ra (cũng không sao nếu không có gì để ráo nước - đôi khi bắp cải không nhiều nước). Đặt bắp cải vào tô và thêm rau mùi tây và hành tây ngâm (nhưng chưa thêm nước chanh của chúng). Đổ giấm và dầu ô liu vào miếng thịt. Quăng rất tốt để kết hợp.

d) Nếm thử và điều chỉnh, thêm nước cốt chanh còn lại và muối nếu cần. Khi vòm miệng của bạn cảm thấy thích thú, nó đã sẵn sàng. Phục vụ ướp lạnh hoặc ở nhiệt độ phòng.

e) Bảo quản phần còn sót lại trong tủ lạnh trong tối đa hai ngày.

2.Xa lát dưa chuột Việt Nam

THÀNH PHẦN:

- 2 pound (khoảng 8) dưa chuột Ba Tư hoặc Nhật Bản, gọt vỏ sọc
- 1 quả ớt jalapeño lớn, bỏ hạt và gân nếu muốn, thái lát mỏng
- 3 củ hành lá, thái nhỏ
- 1 tép tỏi, giã nhuyễn hoặc giã nhuyễn với một chút muối
- 1/2 chén lá ngò thái nhỏ
- 16 lá bạc hà lớn, thái nhỏ
- 1/2 chén đậu phộng rang, thái nhỏ
- 1/4 chén dầu có vị trung tính
- 4 đến 5 muỗng canh nước cốt chanh
- 4 thìa cà phê giấm rượu gạo
- 1 muỗng canh nước mắm
- 1 thìa cà phê đường
- Chút muối

HƯỚNG DẪN:

a) Sử dụng mandoline của Nhật Bản hoặc một con dao sắc, cắt mỏng dưa chuột thành đồng xu, loại bỏ phần đầu.

b) Trong một tô lớn, trộn dưa chuột, ớt jalapeño, hành lá, tỏi, ngò, bạc hà và đậu phộng.

c) Trong một bát nhỏ, trộn đều dầu, 4 thìa nước cốt chanh, giấm, nước mắm, đường và một chút muối.

d) Trộn xa lát với dầu giấm và trộn đều. Nếm thử và điều chỉnh gia vị bằng muối và thêm nước cốt chanh nếu cần.

e) Phục vụ ngay lập tức.

3.Xa lát cà rốt cạo với gừng và chanh

THÀNH PHẦN:
- 1 1/4 chén nho khô vàng hoặc đen
- 1 muỗng canh hạt thì là
- 2 cân cà rốt
- 4 thìa cà phê gừng nghiền mịn
- 1 tép tỏi, giã nhuyễn hoặc giã nhuyễn với một chút muối
- 1 đến 2 quả ớt jalapeño lớn, bỏ hạt và gân nếu muốn, băm nhỏ
- 2 chén lá ngò thái nhỏ và thân mềm, cộng thêm vài nhánh để trang trí
- Muối
- Sốt chanh

HƯỚNG DẪN:
a) Trong một cái bát nhỏ, ngâm nho khô vào nước sôi. Hãy để chúng ngồi trong 15 phút để bù nước và căng mọng. Xả và đặt sang một bên.

b) Đặt hạt thì là vào chảo nhỏ, khô và đặt trên lửa vừa. Xoay chảo liên tục để đảm bảo nướng đều. Nướng cho đến khi vài hạt đầu tiên bắt đầu nổ và tỏa ra mùi thơm thơm, khoảng 3 phút. Hủy bỏ khỏi nhiệt. Đổ ngay hạt vào cối xay hoặc cối xay gia vị. Xay nhuyễn với một chút muối. Để qua một bên.

c) Cắt và gọt vỏ cà rốt. Sử dụng mandoline của Nhật Bản hoặc một con dao sắc, cắt mỏng cà rốt theo chiều dọc. Dùng dao sắc cắt từng lát thành que diêm. Nếu điều đó có vẻ quá rắc rối, bạn có thể dùng dụng cụ gọt vỏ rau củ để tạo thành những dải ruy băng mỏng hoặc chỉ cần cắt cà rốt thành những đồng xu mỏng.

d) Kết hợp cà rốt, gừng, tỏi, ớt jalapeño, ngò, thì là và nho khô vào tô lớn. Nêm ba nhúm muối và trộn với dầu giấm chanh. Nếm thử và điều chỉnh gia vị bằng muối và thêm nước cốt chanh nếu cần. Làm lạnh món xa lát trong 30 phút để cho hương vị hòa quyện với nhau. Khi dùng, trộn đều gia vị, bày ra đĩa lớn và trang trí với vài nhánh ngò.

4.Thì là và củ cải cạo

THÀNH PHẦN:
- 3 củ thì là vừa (khoảng 1 1/2 pound)
- 1 bó củ cải, cắt tỉa và rửa sạch (khoảng 8 củ cải)
- 1 chén lá mùi tây, đóng gói lỏng lẻo
- Tùy chọn: 1 ounce Parmesan
- Muối
- Hạt tiêu vừa mới nghiền
- Khoảng 1/3 chén nước sốt chanh

HƯỚNG DẪN:
a) Cắt tỉa cây thì là bằng cách loại bỏ hết cuống và phần đầu của phần dưới cùng, giữ nguyên củ. Cắt đôi củ qua phần gốc và loại bỏ mọi lớp xơ bên ngoài.

b) Dùng mandoline Nhật Bản hoặc một con dao sắc, cắt chéo củ thì là thành những lát mỏng như tờ giấy, loại bỏ phần lõi. Hãy để dành phần cây thì là đã bỏ đi để sử dụng vào mục đích khác hoặc lén cho vào súp đậu và cải xoăn Tuscan. Cắt củ cải chỉ dày hơn một sợi tóc, khoảng 1/8 inch, bỏ phần đầu.

c) Trong một tô lớn, trộn thì là, củ cải và lá mùi tây. Nếu sử dụng Parmesan, hãy dùng dụng cụ gọt vỏ rau củ để cạo trực tiếp các mảnh vụn vào bát. Ngay trước khi ăn, nêm hai nhúm muối và một nhúm hạt tiêu nhỏ.

d) Ăn mặc với dầu giấm. Nếm thử và điều chỉnh, thêm muối và dầu giấm nếu cần, sau đó bày ra đĩa phục vụ.

e) Phục vụ ngay lập tức.

5.Xa lát cà chua và thảo mộc mùa hè

THÀNH PHẦN:

- 2 đến 3 quả cà chua gia truyền hỗn hợp, chẳng hạn như Marvel Stripe, Cherokee Purple hoặc Brandywine, bỏ lõi và cắt thành lát 1/4 inch
- Muối bong tróc
- Hạt tiêu vừa mới nghiền
- 1 cốc sốt cà chua. Gợi ý: sử dụng lõi và phần cuối của cà chua làm xa lát
- 1 pint cà chua bi, rửa sạch, bỏ cuống và cắt đôi
- 2 chén bất kỳ sự kết hợp nào của lá húng quế, rau mùi tây, cây hồi hồi, rau mùi tây, tarragon hoặc miếng hẹ 1 inch

HƯỚNG DẪN:

a) Ngay trước khi phục vụ, xếp các lát cà chua gia truyền lên đĩa phục vụ thành một lớp và nêm muối và hạt tiêu. Rắc nhẹ với dầu giấm. Trong một bát riêng, trộn cà chua bi và nêm muối và tiêu. Rắc dầu giấm, nếm và điều chỉnh lượng muối nếu cần, sau đó cẩn thận xếp cà chua bi lên trên các lát cà chua.

b) Đặt các loại thảo mộc tươi vào bát xa lát và trộn nhẹ với dầu giấm, muối và hạt tiêu cho vừa ăn. Đổ xa lát thảo mộc lên trên cà chua và dùng ngay.

6.Cà chua, húng quế và dưa chuột

THÀNH PHẦN:
- 1/2 củ hành đỏ vừa, thái lát mỏng
- 1 muỗng canh giấm rượu vang đỏ
- 4 cốc bánh mì nướng rách
- Hai mẻ sốt cà chua
- 1 pint cà chua bi, bỏ cuống và cắt đôi
- 1 1/2 pound Early Girl hoặc cà chua nhỏ có hương vị khác (khoảng 8 quả cà chua), bỏ lõi và nêm thành từng miếng vừa ăn
- 4 quả dưa chuột Ba Tư, gọt vỏ và cắt thành lát 1/2 inch
- 16 lá húng quế
- Muối biển dễ bong

HƯỚNG DẪN:

a) Trong một bát nhỏ, trộn hành tây thái lát với giấm và để yên trong 20 phút cho hành tây chín. Để qua một bên.

b) Đặt một nửa số bánh mì nướng vào tô xa lát lớn và trộn với 1/2 cốc dầu giấm. Đặt cà chua bi và cà chua thái lát lên trên bánh mì nướng và nêm muối để khuyến khích chúng tiết ra một ít nước. Hãy ngồi trong khoảng 10 phút.

c) Tiếp tục làm món xa lát: thêm số bánh mì nướng, dưa chuột và hành tây ngâm còn lại (nhưng chưa thêm giấm). Xé lá húng quế thành miếng lớn. Rưới thêm 1/2 cốc dầu giấm nữa và nếm thử. Điều chỉnh gia vị nếu cần, thêm muối, dầu giấm và/hoặc giấm ngâm cho vừa ăn. Quăng, nếm lại và phục vụ.

d) Làm lạnh thức ăn thừa, đậy kín, tối đa một đêm.

7.Bí đao nướng, cây xô thơm và quả phỉ

THÀNH PHẦN:

- 1 bó cải xoăn, tốt nhất là loại Lacinato, Cavolo Nero hoặc Tuscan
- 1 quả bí ngô lớn (2 pound), gọt vỏ
- Dầu ôliu siêu nguyên chất
- 1/2 củ hành đỏ vừa, thái lát mỏng
- 1 muỗng canh giấm rượu vang đỏ
- Hai mẻ sốt bơ nâu
- 4 cốc bánh mì nướng rách
- Khoảng 2 chén dầu có vị trung tính
- 16 lá xô thơm
- 3/4 chén hạt phỉ, nướng và cắt nhỏ

HƯỚNG DẪN:

a) Làm nóng lò ở nhiệt độ 425°F. Lót một tấm nướng bằng khăn giấy.

b) Lột cải xoăn. Một tay nắm chặt phần gốc của mỗi thân cây, tay kia kẹp chặt thân cây và kéo lên trên để tước lá. Vứt bỏ thân cây hoặc để dành cho mục đích sử dụng khác, chẳng hạn như Đậu Tuscan và Súp Cải xoăn. Cắt lá thành lát 1/2-inch. Để qua một bên.

c) Cắt đôi, bỏ hạt, cắt lát và nướng bí ngô. Để qua một bên.

d) Cho hành tây thái lát vào một cái bát nhỏ với giấm và để yên trong 20 phút cho hành tây chín. Để qua một bên.

e) Đặt một nửa số bánh mì nướng và cải xoăn vào tô xa lát lớn và trộn với 1/3 cốc dầu giấm. Hãy ngồi trong 10 phút.

f) Trong lúc đó, chiên cây xô thơm. Đổ một inch dầu trung tính vào một chiếc nồi nhỏ, có đáy nặng và đun nóng trên ngọn lửa vừa cao đến 360°F. Nếu không có nhiệt kế, bạn chỉ cần kiểm tra dầu sau vài phút bằng cách thả lá xô thơm vào. Khi nó kêu xèo xèo ngay lập tức, nó đã sẵn sàng.

g) Thêm lá xô thơm theo từng đợt. Lưu ý ban đầu dầu sẽ sủi bọt nhiều nên để cho dầu lắng xuống rồi cho lá xô thơm vào khuấy đều.

h) Sau khoảng 30 giây, ngay khi bong bóng lắng xuống, hãy dùng thìa có rãnh để vớt chúng ra khỏi dầu và phết cây xô thơm lên khay nướng đã chuẩn bị sẵn. Để cây xô thơm khô trên khay nướng đã chuẩn bị thành một lớp và rắc muối. Nó sẽ trở nên giòn khi nguội.

i) Thêm số bánh mì nướng, bí, quả phỉ và hành tây ngâm còn lại (nhưng chưa thêm giấm) vào bát xa lát. Sụp đổ trong cây xô thơm chiên. Rắc số dấm còn lại vào, trộn đều và nếm thử. Điều chỉnh gia vị bằng muối, dầu chiên cây xô thơm và giấm ngâm nếu cần. Quăng, nếm lại và phục vụ.

j) Làm lạnh thức ăn thừa, đậy kín, tối đa một đêm.

8.Củ cải nướng và Pháo đài đá

THÀNH PHẦN:

- củ cải 2 đầu
- Dầu ôliu siêu nguyên chất
- Muối
- 2 củ hành vàng vừa, bóc vỏ
- 4 cốc bánh mì nướng rách
- Hai mẻ sốt bơ nâu
- 1/4 chén lá mùi tây, đóng gói lỏng lẻo
- 1 chén quả óc chó nướng
- Tiêu đen xay thô
- 4 ounce phô mai Pháo đài đá
- Giấm rượu vang đỏ, khi cần thiết để điều chỉnh axit

HƯỚNG DẪN:

a) Làm nóng lò ở nhiệt độ 425°F.

b) Cắt đôi mỗi đầu củ cải qua phần gốc. Cắt mỗi nửa thành các phần tư. Rắc đều dầu ô liu lên trên. Xử lý cẩn thận các miếng củ cải, trải chúng thành từng lớp trên khay nướng, chừa khoảng trống giữa mỗi miếng. Rắc thêm dầu ô liu và nêm muối.

c) Cắt đôi hành tây qua phần gốc. Nêm mỗi nửa thành 4 phần để có tổng cộng 8 miếng. Rắc đều dầu ô liu lên trên. Xử lý cẩn thận các miếng hành tây, trải chúng thành từng lớp trên khay nướng, chừa khoảng trống giữa mỗi miếng. Rắc thêm dầu ô liu và nêm muối.

d) Đặt rau đã chuẩn bị vào lò nướng đã làm nóng trước và nấu cho đến khi mềm và có màu caramen, khoảng 22 phút đối với củ cải và 28 phút đối với hành tây. Kiểm tra rau sau khoảng 12 phút. Xoay chảo và chuyển đổi vị trí của chúng để đảm bảo rau chín đều.

e) Đặt một nửa số bánh mì nướng vào tô xa lát lớn và trộn với 1/3 cốc dầu giấm. Hãy ngồi trong 10 phút.

f) Thêm bánh mì nướng, củ cải, hành tây, mùi tây, quả óc chó và hạt tiêu đen còn lại. Nghiền phô mai thành từng miếng lớn. Đổ giấm còn lại và nếm thử. Điều chỉnh gia vị bằng muối và nếu cần, một lượng nhỏ giấm rượu vang đỏ. Quăng, nếm lại và phục vụ ở nhiệt độ phòng.

g) Làm lạnh thức ăn thừa, đậy kín, tối đa một đêm.

9.Măng tây và Feta với bạc hà

THÀNH PHẦN:

- Muối
- 1/2 củ hành đỏ vừa, thái lát mỏng
- 1 muỗng canh giấm rượu vang đỏ
- 1 1/2 pound măng tây (khoảng 2 bó), bỏ phần thân gỗ
- 4 cốc bánh mì nướng rách
- 24 lá bạc hà lớn
- 3 ounce phô mai feta
- Hai mẻ giấm rượu vang đỏ

HƯỚNG DẪN:

a) Đặt một nồi nước lớn lên đun sôi trên lửa lớn. Nêm muối cho đến khi có vị như biển mùa hè. Dòng hai tấm nướng bánh bằng giấy giấy da. Để qua một bên.

b) Cho hành tây thái lát vào một cái bát nhỏ với giấm và để yên trong 20 phút cho hành tây chín. Để qua một bên.

c) Nếu măng tây dày hơn bút chì, hãy gọt vỏ theo đường sọc, dùng dụng cụ gọt rau ấn nhẹ để chỉ loại bỏ lớp vỏ ngoài cùng từ khoảng 1 inch từ dưới bông hoa đến gốc. Cắt măng tây thành từng miếng dài 1/2 inch. Chần măng tây trong nước sôi cho đến khi mềm, khoảng 3 phút rưỡi (ít hơn nếu măng tây có thân mỏng).

d) Nếm thử một miếng để xác định độ chín - nó vẫn phải có độ giòn nhẹ nhất ở giữa. Để ráo nước và để nguội thành một lớp duy nhất trên khay nướng đã chuẩn bị sẵn.

e) Đặt một nửa số bánh mì nướng vào tô xa lát lớn và trộn với 1/3 cốc dầu giấm. Hãy ngồi trong 10 phút.

f) Thêm bánh mì nướng, măng tây và hành tây ngâm còn lại (nhưng chưa thêm giấm). Xé lá bạc hà thành từng miếng nhỏ. Nghiền nát feta thành từng miếng lớn. Rưới thêm 1/3 cốc dầu giấm khác và nêm muối rồi nếm thử.

g) Điều chỉnh gia vị bằng muối, dầu giấm và giấm ngâm nếu cần. Quăng, nếm lại và phục vụ ở nhiệt độ phòng.

h) Làm lạnh thức ăn thừa, đậy kín, tối đa 1 đêm.

RAU

10.Thú nhận cà chua bi

THÀNH PHẦN:
- 4 cốc cà chua bi, có cuống (khoảng 1 1/2 pint khô)
- Lá hoặc thân húng quế nhỏ (thân cây chứa đầy hương vị!)
- 4 tép tỏi, bóc vỏ
- Muối
- 2 chén dầu ô liu nguyên chất

HƯỚNG DẪN:
a) Làm nóng lò ở nhiệt độ 300°F.
b) Xếp cà chua bi thành một lớp vào đĩa nướng nông trên lớp lá và/hoặc thân húng quế và tép tỏi. Phủ khoảng 2 chén dầu ô liu. Mặc dù cà chua không nhất thiết phải ngập hoàn toàn nhưng tất cả chúng đều phải tiếp xúc với dầu. Nêm nhiều muối, khuấy đều rồi cho vào lò nướng khoảng 35 đến 40 phút. Món ăn không bao giờ nên đun sôi - nhiều nhất là đun nhỏ lửa là được.
c) Bạn sẽ biết chúng đã chín khi chúng mềm hoàn toàn khi dùng xiên đâm và lớp da đầu tiên bắt đầu tách ra. Kéo chúng ra khỏi lò và để chúng nguội một chút. Vứt bỏ húng quế trước khi sử dụng.
d) Thưởng thức khi còn nóng hoặc ở nhiệt độ phòng. Giữ cà chua trong tủ lạnh, ngâm trong dầu tối đa 5 ngày.

11.Đậu Hà Lan với ớt và bạc hà

THÀNH PHẦN:
- Khoảng 2 muỗng canh dầu ô liu nguyên chất
- 1 1/2 pound đậu Hà Lan đường, cắt nhỏ
- Muối
- 12 lá bạc hà, thái hạt lựu
- Vỏ bào nhuyễn của 1 quả chanh nhỏ (khoảng 1 thìa cà phê)
- 1/2 muỗng cà phê ớt đỏ

HƯỚNG DẪN:
a) Đặt một chảo rán lớn trên lửa cao. Khi chảo đã nguội và nóng, hãy thêm lượng dầu ô liu vừa đủ để phủ vừa đủ đáy chảo.
b) Khi dầu sủi bọt, cho đậu Hà Lan vào và nêm muối.
c) Nấu trên lửa lớn, xào đậu khi chúng bắt đầu chuyển sang màu nâu, cho đến khi chúng ngọt nhưng vẫn giòn, khoảng 5 đến 6 phút.
d) Nhấc chảo ra khỏi bếp và cho bạc hà, vỏ chanh và ớt bột vào khuấy đều.
e) Hương vị và điều chỉnh muối khi cần thiết. Phục vụ ngay lập tức.

12.Đậu xanh tỏi

THÀNH PHẦN:
- 2 pound đậu xanh tươi, đậu sáp vàng, đậu Romano hoặc đậu Hà Lan, đã cắt nhỏ
- Muối
- 2 muỗng canh dầu ô liu nguyên chất
- 3 tép tỏi, băm nhỏ

HƯỚNG DẪN:

a) Đặt chảo rán lớn nhất của bạn trên lửa vừa cao và đun sôi 1/2 cốc nước.

b) Cho đậu xanh vào, nêm vài nhúm muối vừa đủ rồi đậy nắp, khoảng một phút lại mở nắp để đảo đậu.

c) Khi chúng gần như mềm hoàn toàn, khoảng 4 phút đối với đậu hạt và 7 đến 10 phút đối với đậu trưởng thành hơn, đổ hết nước còn lại ra khỏi chảo, dùng nắp để giữ đậu trong. Bắc chảo lên bếp, vặn lửa to rồi khoét một lỗ nhỏ ở giữa chảo. Đổ dầu ô liu vào lỗ và thêm tỏi.

d) Để tỏi xào nhẹ nhàng trong khoảng 30 giây cho đến khi tỏa ra mùi thơm và ngay lập tức trộn tỏi với đậu trước khi tỏi có cơ hội chuyển sang màu khác. Hủy bỏ khỏi nhiệt. Nếm thử, điều chỉnh gia vị và dùng ngay.

13.Bí và cải Brussels ở Vừa đắng vừa ngọt

THÀNH PHẦN:

- 1 quả bí lớn (2 pound), gọt vỏ, cắt đôi theo chiều dọc, bỏ hạt
- Dầu ôliu siêu nguyên chất
- Muối
- 1 pound cải Brussels, cắt nhỏ, bỏ lá bên ngoài
- 1/2 củ hành đỏ, thái lát mỏng
- 6 muỗng canh giấm rượu vang đỏ
- 1 thìa đường
- 3/4 muỗng cà phê ớt đỏ
- 1 tép tỏi, giã nhuyễn hoặc giã nhuyễn với một chút muối
- 16 lá bạc hà tươi

HƯỚNG DẪN:

a) Làm nóng lò ở nhiệt độ 425°F.

b) Cắt chéo từng nửa quả bí thành hình lưỡi liềm dày 1/2 inch và cho vào tô lớn. Trộn với lượng dầu ô liu vừa đủ, khoảng 3 thìa canh. Nêm muối và đặt thành một lớp duy nhất trên khay nướng.

c) Cắt đôi mầm Brussels qua thân cây, sau đó cho vào cùng một tô lớn, thêm dầu ô liu nếu cần để phủ đều. Nêm muối và đặt thành một lớp duy nhất trên khay nướng thứ hai.

d) Đặt bí và rau mầm vào lò nướng đã làm nóng trước và nấu cho đến khi mềm và có màu caramen, khoảng 26 đến 30 phút. Kiểm tra rau sau khoảng 12 phút. Xoay chảo và chuyển đổi vị trí của chúng để đảm bảo bánh chín vàng đều.

e) Trong khi đó, cho hành tây thái lát và giấm vào một cái bát nhỏ rồi để yên trong 20 phút cho hành chín. Trong một bát nhỏ khác, khuấy đều 6 thìa dầu ô liu nguyên chất, đường, ớt bột, tỏi và một chút muối.

f) Khi rau nướng có màu nâu ở bên ngoài và mềm hoàn toàn khi dùng dao đâm vào thì lấy chúng ra khỏi lò. Rau mầm có thể chín nhanh hơn bí một chút. Kết hợp các loại rau trong một bát lớn. Khuấy hành tây ngâm và giấm vào hỗn hợp dầu ô liu, sau đó đổ một nửa nước xốt lên rau. Trộn đều, nếm thử và thêm muối và nước xốt nếu cần. Trang trí với lá bạc hà rách và dùng ấm hoặc ở nhiệt độ phòng.

14.Rabe bông cải xanh cay với Ricotta Mặn

THÀNH PHẦN:
- 2 bó (khoảng 2 pound) bông cải xanh, rửa sạch
- Dầu ôliu siêu nguyên chất
- 1 củ hành vàng vừa, thái lát mỏng
- Muối
- Mảnh ớt đỏ nhúm lớn
- 3 tép tỏi, thái lát
- 1 quả chanh
- 2 ounce phô mai ricotta mặn, xay thô

HƯỚNG DẪN:
a) Cắt và loại bỏ phần đầu gỗ của bông cải xanh. Cắt thân thành miếng 1/2 inch và lá thành miếng 1 inch.
b) Đặt một lò nướng Hà Lan lớn hoặc nồi tương tự trên lửa vừa. Khi nồi còn nóng, cho 2 thìa dầu ô liu vào tráng đáy nồi. Khi dầu sủi bọt, cho hành tây và một chút muối vào. Nấu, thỉnh thoảng khuấy cho đến khi hành tây mềm và bắt đầu có màu nâu, khoảng 15 phút.
c) Tăng nhiệt lên mức trung bình cao, thêm một thìa canh dầu khác và bông cải xanh vào nồi rồi khuấy đều. Nêm muối và hạt tiêu đỏ. Bạn có thể cần phải vo bông cải xanh sao cho vừa vặn hoặc đợi một ít chín trước khi cho phần còn lại vào. Đậy chảo và nấu, thỉnh thoảng khuấy cho đến khi bông cải xanh mềm ra, khoảng 20 phút.
d) Tháo nắp và tăng nhiệt lên cao. Để bông cải xanh bắt đầu chuyển sang màu nâu rồi dùng thìa gỗ di chuyển xung quanh chảo. Tiếp tục nấu cho đến khi tất cả bông cải xanh đều có màu nâu đều, khoảng 10 phút, sau đó chuyển tất cả ra các mép ngoài của chảo. Cho một thìa dầu ô liu vào giữa, sau đó cho tỏi vào dầu và đun sôi nhẹ trong khoảng 20 giây cho đến khi tỏi bắt đầu tỏa mùi thơm. Trước khi tỏi bắt đầu chuyển sang màu nâu, khuấy đều để kết hợp với bông cải xanh. Nếm thử và điều chỉnh lượng muối và ớt đỏ nếu cần. Tắt bếp và vắt nước cốt của nửa quả chanh lên bông cải xanh.
e) Khuấy, nếm và thêm nước cốt chanh nếu cần. Xếp lên đĩa phục vụ và thưởng thức món ricotta mặn bào thô. Phục vụ ngay lập tức.

15.Atisô nướng

THÀNH PHẦN:

- 6 atisô (hoặc 18 atisô bé)
- Dầu ôliu siêu nguyên chất
- 1 muỗng canh giấm rượu vang đỏ
- Muối

HƯỚNG DẪN:

a) Đặt một nồi nước lớn lên đun sôi trên lửa lớn. Đốt lửa than hoặc làm nóng lò nướng gas trước. Dòng một tấm nướng bánh bằng giấy giấy da.

b) Loại bỏ những lá atisô cứng, sẫm màu bên ngoài cho đến khi những lá còn lại có màu nửa vàng, nửa xanh nhạt. Cắt bỏ phần gỗ nhất của thân cây và 1 1/2 inch trên cùng của mỗi cây atisô. Nếu có lá bên trong màu tím, hãy cắt bỏ chúng. Bạn có thể cần phải loại bỏ nhiều hơn để loại bỏ mọi chất xơ. Có vẻ như bạn đang cắt tỉa rất nhiều, nhưng hãy loại bỏ nhiều hơn mức bạn nghĩ, bởi vì điều cuối cùng bạn muốn là cắn phải một miếng xơ hoặc đắng trên bàn. Dùng dao gọt sắc hoặc dụng cụ gọt vỏ rau củ để loại bỏ lớp vỏ cứng bên ngoài trên thân và phần gốc của trái tim cho đến khi chạm đến lớp bên trong màu vàng nhạt. Khi rửa sạch, bạn hãy đặt atisô vào một bát nước có pha giấm, điều này sẽ giúp chúng không bị oxy hóa khiến chúng chuyển sang màu nâu.

c) Cắt atisô làm đôi. Dùng thìa cà phê cẩn thận múc phần lõi bị sặc, sau đó cho atisô vào nước đã được axit hóa.

d) Khi nước đã sôi, nêm thêm gia vị cho đến khi nước có vị mặn như nước biển. Đặt atisô vào nước và giảm nhiệt để nước duy trì ở mức sôi nhanh. Nấu atisô cho đến khi chúng vừa mềm khi đâm bằng dao sắc, khoảng 5 phút đối với atisô non và 14 phút đối với atisô lớn. Sử dụng một con nhện hoặc lưới lọc để cẩn thận loại bỏ chúng khỏi nước và đặt chúng lên khay nướng đã chuẩn bị thành một lớp.

e) Rắc nhẹ atisô với dầu ô liu và nêm muối. Đặt mặt cắt atisô xuống trên vỉ nướng ở lửa vừa cao. Đừng di chuyển chúng cho đến khi chúng bắt đầu có màu nâu, sau đó xoay xiên cho đến khi mặt cắt có màu nâu đều, khoảng 3 đến 4 phút mỗi mặt. Lật, chiên vàng mặt còn lại theo cách tương tự.

f) Lấy ra khỏi vỉ nướng và rưới thêm Mint Nước xốt Màu xanh lá nếu muốn, hoặc dùng kèm với Aïoli hoặc Honey-Mustard Vinaigrette. Ăn nóng, hoặc ở nhiệt độ phòng.

CỒN VÀ SÚP

16.Nước dùng gà

THÀNH PHẦN:

- 7 pound xương gà (ít nhất một nửa phải là xương sống)
- 7 lít nước
- 2 củ hành tây, chưa gọt vỏ, cắt làm tư
- 2 củ cà rốt, gọt vỏ và cắt đôi theo chiều ngang
- 2 cọng cần tây, cắt đôi theo chiều ngang
- 1 muỗng cà phê hạt tiêu đen
- 2 lá nguyệt quế
- 4 nhánh húng tây
- 5 nhánh mùi tây hoặc 10 cọng
- 1 muỗng cà phê giấm rượu trắng

HƯỚNG DẪN:

a) Cho tất cả mọi thứ trừ giấm vào một cái nồi lớn. Đun sôi nước kho ở lửa lớn, sau đó vặn nhỏ lửa. Vớt hết bọt nổi lên trên bề mặt. Bây giờ thêm giấm vào, nó sẽ giúp hút chất dinh dưỡng và khoáng chất từ xương vào nước dùng.

b) Đun nhỏ lửa không đậy nắp trong 6 đến 8 giờ. Hãy để ý đến nó để đảm bảo nó vẫn ở mức sôi. Nếu nước luộc sôi, bong bóng sẽ tuần hoàn chất béo dâng lên trên cùng. Với nhiệt độ duy trì và sự khuấy trộn, nước cốt sẽ nhũ hóa. Đây là một trong những lúc bạn không tìm kiếm nhũ tương, bởi vì ngoài vẻ đục, nước nhũ tương còn có mùi đục và bám vào lưỡi một cách khó chịu. Một trong những điều tuyệt vời nhất về món kho ngon là mặc dù hương vị đậm đà nhưng nó cũng sạch sẽ.

c) Lọc qua rây mịn và để nguội. Cạo phần mỡ nổi lên trên và bảo quản trong tủ lạnh hoặc tủ đông để làm món Chicken Thú nhận.

d) Để trong tủ lạnh tối đa 5 ngày hoặc đông lạnh tối đa 3 tháng.

17.Súp trứng thả La Mã Stracciatella

THÀNH PHẦN:

- 9 chén nước luộc gà
- Muối
- 6 quả trứng lớn
- Hạt tiêu vừa mới nghiền
- 3/4 ounce Parmesan, nghiền mịn (khoảng 3/4 cốc), cộng thêm để phục vụ
- 1 muỗng canh mùi tây thái nhỏ

HƯỚNG DẪN:

a) Đun sôi nước trong nồi vừa và nêm muối. Trong cốc đong có vòi (bạn cũng có thể sử dụng tô vừa), đánh trứng cùng nhau, một chút muối, hạt tiêu, phô mai Parmesan và rau mùi tây.

b) Đổ hỗn hợp trứng vào nước luộc sôi với dòng loãng đồng thời dùng nĩa khuấy nhẹ súp. Tránh trộn quá kỹ, điều này sẽ khiến trứng vỡ thành những mảnh nhỏ, không ngon miệng, thay vì thành những mảnh vụn hoặc vụn như tên gọi của món súp. Để hỗn hợp trứng nấu khoảng 30 giây thì múc súp ra bát. Trang trí thêm Parmesan và dùng ngay.

c) Đậy nắp và để lạnh thức ăn thừa trong tối đa 3 ngày. Để hâm nóng lại, hãy nhẹ nhàng đun sôi súp.

18.Súp đậu Tuscan và cải xoăn

THÀNH PHẦN:

- Dầu ôliu siêu nguyên chất
- Tùy chọn: 2 ounce pancetta hoặc thịt xông khói, thái hạt lựu
- 1 củ hành vàng vừa, thái hạt lựu (khoảng 1 1/2 cốc)
- 2 cọng cần tây, thái hạt lựu (khoảng 2/3 cốc)
- 3 củ cà rốt vừa, gọt vỏ và thái hạt lựu (1 cốc)
- 2 lá nguyệt quế
- Muối
- Hạt tiêu vừa mới nghiền
- 2 tép tỏi, thái lát mỏng
- 2 cốc cà chua đóng hộp hoặc cà chua tươi ngâm trong nước ép
- 3 chén đậu nấu chín, chẳng hạn như cannellini, corona, hoặc nam việt quất, để dành chất lỏng nấu ăn
- 1 ounce phô mai Parmesan mới bào (khoảng 1/3 cốc), giữ nguyên vỏ
- 3 đến 4 chén nước dùng gà hoặc nước
- 2 bó cải xoăn, thái lát mỏng (khoảng 6 cốc thái lát)
- 1/2 bắp cải xanh hoặc bắp cải Savoy đầu nhỏ, bỏ lõi và thái lát mỏng (khoảng 3 cốc thái lát)

HƯỚNG DẪN:

a) Đặt một lò nướng kiểu Hà Lan lớn hoặc nồi kho trên lửa vừa cao và thêm 1 muỗng canh dầu ô liu. Khi dầu sủi bọt, hãy thêm pancetta vào, nếu dùng và nấu, khuấy đều trong 1 phút cho đến khi nó bắt đầu có màu nâu.

b) Thêm hành tây, cần tây, cà rốt và lá nguyệt quế. Nêm thật nhiều muối và hạt tiêu. Giảm nhiệt xuống mức vừa và nấu, thỉnh thoảng khuấy đều cho đến khi rau mềm và bắt đầu chuyển sang màu nâu, khoảng 15 phút. Đào một lỗ nhỏ ở giữa nồi, sau đó cho thêm một thìa dầu ô liu vào. Thêm tỏi vào và đun nhỏ lửa cho đến khi tỏa mùi thơm, khoảng 30 giây. Trước khi tỏi có cơ hội chuyển sang màu nâu, hãy cho cà chua vào. Khuấy, nếm và thêm muối nếu cần.

c) Để cà chua đun nhỏ lửa cho đến khi chín đến độ sệt, khoảng 8 phút, sau đó thêm đậu và nước nấu, một nửa phô mai Parmesan bào và vỏ của nó, cùng lượng nước kho hoặc nước vừa đủ. Thêm hai giọt dầu ô liu vừa đủ, khoảng 1/4 cốc. Thỉnh thoảng khuấy đều, đun sôi lại súp. Thêm cải xoăn và bắp cải rồi đun nhỏ lửa trở lại, thêm nước kho hoặc nước nếu cần để đậy nắp.

d) Nấu cho đến khi các hương vị hòa quyện với nhau và rau xanh mềm, khoảng 20 phút nữa. Hương vị và điều chỉnh cho muối.

e) Loại bỏ vỏ Parmesan và lá nguyệt quế.

f) Ăn kèm với một ít dầu ô liu tốt nhất mà bạn có trong tay và phô mai Parmesan bào.

g) Bảo quản trong tủ lạnh tối đa 5 ngày. Món súp này cũng có thể đông lạnh đặc biệt tốt trong tối đa 2 tháng. Đun sôi lại súp trước khi sử dụng.

19.Súp ngô ngọt mềm

THÀNH PHẦN:

- 8 đến 10 bắp ngô, vỏ trấu, cuống và râu đã được loại bỏ
- 8 thìa canh (4 ounce) bơ
- 2 củ hành vàng vừa, thái lát
- Muối

HƯỚNG DẪN:

a) Gấp khăn bếp thành bốn phần và đặt vào trong một chiếc bát kim loại lớn và rộng. Dùng một tay để giữ bắp ngô thẳng đứng trên khăn bếp - việc này giúp kẹp bắp ngô ở phía trên. Mặt khác, bạn dùng dao răng cưa hoặc dao đầu bếp sắc để cắt hai hoặc ba hàng hạt cùng một lúc bằng cách trượt dao xuống lõi ngô. Hãy đến gần lõi ngô nhất có thể và chống lại sự cám dỗ cắt nhiều hàng cùng một lúc vì điều đó sẽ để lại rất nhiều ngô quý giá. Lưu lõi ngô.

b) Trong nồi súp, nhanh chóng làm nước luộc lõi ngô: đổ 9 cốc nước vào lõi ngô và đun sôi. Giảm nhiệt và đun nhỏ lửa trong 10 phút, sau đó loại bỏ lõi ngô. Đặt cổ phiếu sang một bên.

c) Bắc nồi lên bếp và đun trên lửa vừa. Thêm bơ. Khi nó đã tan chảy, thêm hành tây và giảm nhiệt xuống mức trung bình thấp. Nấu, thỉnh thoảng khuấy cho đến khi hành tây hoàn toàn mềm và trong mờ, hoặc vàng, khoảng 20 phút. Nếu bạn nhận thấy hành bắt đầu chuyển sang màu nâu, hãy thêm một chút nước và để ý mọi thứ, khuấy thường xuyên để tránh hành chuyển sang màu nâu thêm.

d) Ngay khi hành tây mềm thì cho ngô vào. Tăng nhiệt lên cao và xào cho đến khi ngô chuyển sang màu vàng sáng hơn, từ 3 đến 4 phút. Thêm lượng nước vừa đủ để bao phủ mọi thứ và tăng nhiệt lên cao. Hãy để dành phần nước kho còn lại phòng trường hợp sau này bạn cần làm loãng súp. Nêm muối, nếm và điều chỉnh. Đun sôi, sau đó đun nhỏ lửa trong 15 phút.

e) Nếu bạn có máy xay ngâm, hãy sử dụng nó để trộn súp cẩn thận cho đến khi nhuyễn. Nếu bạn không có, hãy làm việc cẩn thận và nhanh chóng để xay nhuyễn thành từng mẻ trong máy xay hoặc máy chế biến thực phẩm. Để có kết cấu rất mượt, hãy lọc súp lần cuối qua rây lưới mịn.

f) Nếm thử món súp để biết độ muối, vị ngọt và độ chua cân bằng. Nếu súp quá ngọt, một chút giấm rượu trắng hoặc nước cốt chanh có thể giúp cân bằng độ ngọt.

g) Để phục vụ, hãy múc súp ướp lạnh vào bát và dùng thìa nước xốt lên trên để trang trí, hoặc nhanh chóng đun sôi súp và dùng nóng với đồ trang trí có tính axit, chẳng hạn như Nước xốt thảo mộc kiểu Mexico hoặc Tương ớt dừa-ngò Ấn Độ.

ĐẬU, HẠT VÀ MỲ ỐNG

20.Gạo Ba Tư

THÀNH PHẦN:

- 2 chén gạo basmati
- Muối
- 3 thìa sữa chua nguyên chất
- 3 thìa bơ
- 3 muỗng canh dầu có vị trung tính

HƯỚNG DẪN:

a) Đổ 4 lít nước vào nồi lớn và đun sôi ở nhiệt độ cao.

b) Trong lúc đó, cho gạo vào tô và xả sạch bằng nước lạnh, dùng ngón tay khuấy mạnh và thay nước ít nhất năm lần, cho đến khi hết tinh bột và nước trong. Xả gạo.

c) Khi nước sôi, thêm muối vào. Lượng muối chính xác sẽ khác nhau tùy thuộc vào loại muối bạn đang sử dụng, nhưng đó là khoảng 6 thìa muối biển mịn hoặc 1/2 cốc muối kosher. Nước sẽ có vị mặn hơn nước biển mặn nhất mà bạn từng nếm. Đây là cơ hội lớn để bạn có được cơm chín từ bên trong và chỉ cần ngâm trong nước muối vài phút, vì vậy đừng lo lắng về việc cho quá nhiều muối vào thức ăn. Thêm gạo vào, khuấy đều.

d) Đặt một cái rây hoặc lưới lọc mịn vào bồn rửa. Nấu cơm, thỉnh thoảng khuấy cho đến khi cơm chín, khoảng 6 đến 8 phút. Xả vào rây và xả ngay bằng nước lạnh để cơm không bị chín tiếp. Làm khô hạn.

e) Lấy 1 chén gạo ra và trộn với sữa chua.

f) Đặt một chảo gang 10 inch hoặc chảo chống dính lớn, đã được tẩm gia vị rất kỹ trên lửa vừa, sau đó thêm dầu và bơ. Khi bơ tan chảy, thêm hỗn hợp sữa chua-gạo vào chảo và dàn đều. Đổ phần cơm còn lại vào chảo, dồn nhẹ nhàng vào giữa. Dùng cán thìa gỗ khoét nhẹ năm, sáu lỗ cho cơm xuống đáy nồi, lúc này sẽ có tiếng xèo xèo nhẹ. Các lỗ này sẽ cho phép hơi nước thoát ra từ lớp gạo dưới cùng để hình thành lớp vỏ giòn. Lượng dầu trong chảo phải vừa đủ để bạn có thể thấy nó sủi bọt ở hai bên. Thêm một chút dầu nếu cần để nhìn thấy những bong bóng này.

g) Tiếp tục nấu cơm ở lửa vừa, xoay chảo 1/4 vòng cứ sau 3 hoặc 4 phút để đảm bảo cơm chín vàng đều, cho đến khi bạn bắt đầu thấy lớp vỏ vàng bắt đầu hình thành ở các thành chảo, khoảng 15 đến

20 phút. Khi bạn thấy lớp vỏ chuyển từ màu hổ phách nhạt sang màu vàng, hãy giảm nhiệt xuống thấp và tiếp tục nấu thêm 15 đến 20 phút nữa. Các mép của vỏ bánh phải vàng và cơm phải được nấu chín hoàn toàn.

h) Để tách cơm, cẩn thận dùng thìa chạy dọc theo các cạnh của chảo để đảm bảo không có phần nào của lớp vỏ bị dính. Đổ phần mỡ thừa dưới đáy chảo vào một cái bát, lấy hết can đảm rồi cẩn thận lật nó lên đĩa hoặc thớt. Nó sẽ trông giống như một chiếc bánh gạo mịn đẹp mắt với lớp vỏ vàng.

i) Và nếu vì bất kỳ lý do gì mà cơm của bạn không chín nguyên miếng, hãy làm điều mà mọi bà Ba Tư kể từ thời xa xưa đều làm: múc cơm, dùng thìa hoặc thìa kim loại băm nhỏ tahdig và giả vờ như bạn có ý định làm theo cách này. Sẽ không có ai là người khôn ngoan hơn.

j) Dùng ngay với Cá hồi nướng chậm, Cô ấy bị ngãs, Gà nướng Ba Tư hoặc Kuku Sabzi.

21.Mỳ ống Cacio e Pepe

THÀNH PHẦN:
- Muối
- 1 pound spaghetti, mì bucatini hoặc tonnarelli
- Dầu ôliu siêu nguyên chất
- 1 muỗng canh hạt tiêu đen xay rất thô
- 4 ounce pecorino Romano, xay rất mịn (khoảng 2 cốc)

HƯỚNG DẪN:

a) Đặt một nồi nước lớn trên lửa cao và đun sôi. Nêm thật nhiều muối cho đến khi có vị như biển mùa hè. Thêm mì ống và nấu, thỉnh thoảng khuấy cho đến khi đếndente. Dự trữ 2 cốc nước nấu khi bạn xả mì ống.

b) Trong lúc đó, làm nóng chảo lớn trên lửa vừa và thêm lượng dầu ô liu vừa đủ để phủ đều đáy. Khi nó sủi bọt, thêm hạt tiêu và nấu cho đến khi có mùi thơm, khoảng 20 giây. Thêm 3/4 cốc nước nấu mì ống vào chảo và đun sôi - điều này sẽ khuyến khích hình thành nhũ tương.

c) Cho mì ống đã ráo nước vào chảo nóng, đảo đều cho mì phủ đều, sau đó rắc tất cả trừ một ít phô mai. Dùng kẹp đảo mạnh mì ống, thêm nhiều nước mì ống nếu cần để tạo ra nước sốt kem bám vào mì mà không bị vón cục. Hương vị và điều chỉnh muối khi cần thiết. Trang trí với phô mai còn lại và hạt tiêu xay thô hơn và dùng ngay.

22.Mỳ ống tại Pomarola

THÀNH PHẦN:

- Dầu ôliu siêu nguyên chất
- 2 củ hành đỏ hoặc vàng vừa, thái lát mỏng
- Muối
- 4 tép tỏi
- 4 pound cà chua tươi, chín, có cuống hoặc hai lon (28 ounce) nguyên quả cà chua San Marzano hoặc Roma ngâm trong nước ép của chúng
- 16 lá húng quế tươi hoặc 1 thìa lá rau kinh giới khô
- 3/4 pound spaghetti, bucatini, penne hoặc rigatoni
- Parmesan, pecorino Romano hoặc ricotta mặn để phục vụ

HƯỚNG DẪN:

a) Đặt một chiếc nồi lớn, đáy nặng, không phản ứng trên lửa vừa cao. Khi nồi nóng, thêm lượng dầu ô liu vừa đủ để phủ đáy. Khi dầu sủi bọt thì cho hành vào.

b) Nêm muối và giảm lửa vừa, thỉnh thoảng khuấy đều để tránh bị cháy. Nấu cho đến khi hành tây mềm và trong mờ, hoặc vàng, khoảng 15 phút. Hành chín vàng một chút là được nhưng đừng để hành bị cháy. Nếu hành chuyển sang màu nâu quá nhanh, hãy giảm lửa và thêm một chút nước.

c) Trong khi nấu hành, cắt tỏi, sau đó cắt cà chua làm tư nếu dùng tươi. Nếu sử dụng đồ hộp, hãy đổ chúng vào một chiếc bát lớn, sâu lòng và dùng tay nghiền nát. Lắc khoảng 1/4 cốc nước trong một lon, sau đó đổ vào lon thứ hai và khuấy đều, sau đó cho cà chua vào. Để qua một bên.

d) Khi hành tây đã mềm, đẩy chúng ra mép ngoài của nồi và thêm một thìa dầu vào giữa. Thêm tỏi vào dầu. Xào nhẹ tỏi cho đến khi tỏi bắt đầu tỏa mùi thơm, khoảng 20 giây và trước khi tỏi bắt đầu chuyển sang màu nâu, hãy cho cà chua vào. Nếu dùng cà chua tươi, bạn dùng thìa gỗ đập dập một chút để nước ép chảy ra. Đun sôi nước sốt, sau đó giảm nhỏ lửa. Nêm muối và xé lá húng quế hoặc thêm lá rau kinh giới nếu dùng.

e) Nấu trên lửa nhỏ, thường xuyên khuấy nước sốt bằng thìa gỗ. Cạo đáy nồi để đảm bảo không có gì dính vào. Nếu nước sốt bắt đầu dính và cháy sém thì hãy làm ngược lại. Đừng khuấy động! Điều đó sẽ hòa trộn vị cháy vào phần còn lại của nước sốt không bị ảnh hưởng. Thay vào đó, hãy chuyển ngay nước sốt sang nồi mới mà không cạo đáy và để nồi cháy sém ngâm trong bồn rửa. Hãy cẩn thận hơn để tránh nồi mới bị cháy trở lại.

f) Đặt một nồi nước lớn vào đun sôi trên lửa lớn. Đậy nắp để tránh bay hơi quá nhiều.

g) Nước sốt sẽ chín khi hương vị chuyển từ sống sang chín, khoảng 25 phút. Nhúng thìa vào nước sốt, bạn sẽ ít nhớ đến khu vườn hay chợ nông sản mà thay vào đó là một bát mì ống thoải mái. Nếu bạn đang sử dụng cà chua đóng hộp, sự thay đổi sẽ tinh tế hơn: hãy đợi thời điểm cà chua mất đi mùi vị thơm ngon trong hộp, quá trình này có thể mất gần 40 phút. Khi cà chua chín, cho nước sốt vào đun sôi nhanh và cho 3/4 cốc dầu ô liu vào khuấy đều. Để nó sôi cùng nhau trong vài phút; pomarola sẽ biến thành một loại nước sốt đậm đà khi nó nhũ hóa. Loại bỏ nó khỏi nhiệt.

h) Nghiền nước sốt bằng máy xay sinh tố, máy xay sinh tố hoặc máy xay thực phẩm, sau đó nếm thử và điều chỉnh gia vị. Bảo quản trong tủ lạnh tối đa một tuần hoặc đông lạnh tối đa 3 tháng. Để có được pomarola ổn định khi bảo quản, hãy xử lý các lọ chứa đầy nước sốt trong nồi cách thủy trong 20 phút và sử dụng trong vòng một năm.

i) Để phục vụ 4 người, nêm nồi nước với muối cho đến khi có vị như biển mùa hè. Thêm mì ống, khuấy đều và nấu cho đến khi chín vừa phải. Trong khi nấu mì ống, cho 2 cốc nước sốt pomarola vào đun nhỏ lửa trong chảo xào lớn. Xả mì ống, để lại 1 cốc nước mì ống.

j) Thêm mì ống vào nước sốt và đảo đều, pha loãng với nước mì ống và dầu ô liu nếu cần. Hương vị và điều chỉnh muối khi cần thiết. Ăn ngay với phô mai Parmesan, pecorino Romano hoặc ricotta mặn.

23.Mỳ ống với bông cải xanh và vụn bánh mì

THÀNH PHẦN:

- Muối
- 2 pound bông cải xanh, hoa và thân đã gọt vỏ
- Dầu ôliu siêu nguyên chất
- 1 củ hành vàng lớn, thái hạt lựu
- 1 đến 2 muỗng cà phê ớt đỏ
- 3 tép tỏi, băm nhỏ
- 1 pound orecchiette, penne, linguine, bucatini hoặc spaghetti
- 1/2 chén vụn vụn
- Parmesan mới xay, để phục vụ

HƯỚNG DẪN:

a) Đặt một nồi nước lớn trên lửa cao. Khi nước sôi, nêm nhiều muối cho đến khi có vị như biển mùa hè.

b) Cắt bông cải xanh thành miếng 1/2 inch và cuống thành lát 1/4 inch.

c) Đặt một lò nướng Hà Lan lớn hoặc nồi tương tự trên lửa vừa cao. Khi nồi đã nóng, cho lượng dầu ô liu vừa đủ ngập đáy nồi. Khi dầu sủi bọt, cho hành tây, một chút muối và 1 thìa cà phê hạt tiêu vào. Ngay khi hành tây bắt đầu chuyển sang màu nâu, hãy đảo đều và giảm lửa xuống mức vừa. Thỉnh thoảng đảo đều, nấu hành cho đến khi mềm và có màu vàng nâu, khoảng 15 phút. Di chuyển hành tây đến mép nồi, dọn sạch một chỗ ở giữa. Thêm một thìa canh dầu ô liu và sau đó là tỏi. Nấu nhẹ nhàng cho đến khi tỏi bắt đầu tỏa mùi thơm, khoảng 20 giây. Trước khi tỏi bắt đầu có màu, hãy khuấy tỏi với hành và giảm lửa xuống thấp để tỏi không bị chuyển sang màu nâu.

d) Thả bông cải xanh vào nước sôi và nấu cho đến khi mềm, khoảng 4 đến 5 phút. Dùng thìa hoặc thìa có rãnh lấy các miếng ra khỏi nồi rồi cho trực tiếp vào chảo hành. Đậy nắp nồi nước để tránh bay hơi và đun sôi trên bếp để nấu mì. Tăng lửa ở mức vừa và tiếp tục nấu, thỉnh thoảng khuấy cho đến khi bông cải xanh bắt đầu nát và kết hợp với hành tây và dầu ô liu thành nước sốt, khoảng 20 phút. Nếu hỗn hợp có vẻ khô thay vì xốt, hãy thêm một hoặc hai thìa nước nấu để làm ẩm.

e) Thêm mì ống vào nước và khuấy đều. Khi nấu, tiếp tục nấu và khuấy bông cải xanh. Điều quan trọng là đảm bảo có đủ nước trong chảo để bông cải xanh, dầu và nước nhũ hóa và trở nên thơm và ngọt. Tiếp tục nấu, khuấy đều và thêm nước nếu cần.

f) Khi mì đã chín, để ráo nước, chừa lại hai cốc nước nấu. Cho mì nóng vào chảo cùng bông cải xanh rồi khuấy đều. Thêm một giọt dầu ô liu cuối cùng và nước mì ống mặn để đảm bảo mì được phủ đều, ẩm và dày dặn. Hương vị và điều chỉnh muối và hạt tiêu khi cần thiết.

g) Phục vụ ngay lập tức, phủ vụn bánh mì và một lượng lớn Parmesan bào tuyết.

24.Mỳ ống đếnRagù

THÀNH PHẦN:

- Dầu ôliu siêu nguyên chất
- 1 pound thịt bò xay thô
- 1 pound thịt vai lợn xay thô
- 2 củ hành vàng vừa, băm nhỏ
- 1 củ cà rốt lớn, thái nhỏ
- 2 cọng cần tây lớn, băm nhỏ
- 1 1/2 chén rượu vang đỏ khô
- 2 chén nước dùng gà hoặc bò hoặc nước
- 2 cốc sữa nguyên chất
- 2 lá nguyệt quế
- 1 dải vỏ chanh 1 inch x 3 inch
- 1 dải vỏ cam 1 inch x 3 inch
- Thanh quế mảnh 1/2 inch
- 5 muỗng canh bột cà chua
- Tùy chọn: Vỏ Parmesan
- hạt nhục đậu khấu
- Muối
- Hạt tiêu vừa mới nghiền
- 1 pound tagliatelle, penne hoặc rigatoni
- 4 thìa bơ
- Parmesan mới xay, để phục vụ

HƯỚNG DẪN:

a) Đặt một lò nướng kiểu Hà Lan lớn hoặc một chiếc nồi tương tự ở nhiệt độ cao và thêm đủ dầu ô liu để phủ đều đáy. Đổ thịt bò vào nồi thành từng miếng cỡ quả óc chó. Nấu, khuấy và bẻ thịt bằng thìa có rãnh cho đến khi thịt kêu xèo xèo và chuyển sang màu nâu vàng, từ 6 đến 7 phút. Đừng nêm thịt vội vì muối sẽ hút nước và làm chậm quá trình chín vàng của thịt. Dùng thìa có rãnh để chuyển thịt vào tô lớn, để lại phần mỡ chảy ra trong nồi. Xào thịt lợn theo cách tương tự.

b) Cho hành tây, cà rốt và cần tây—soffritto—vào cùng một nồi và nấu trên lửa vừa cao. Lượng chất béo phải vừa đủ để bao phủ gần hết soffritto, vì vậy hãy thêm dầu ô liu nếu cần, ít nhất 3/4 cốc nữa. Nấu, khuấy thường xuyên cho đến khi rau mềm và soffritto có màu nâu đậm, khoảng 25 đến 30 phút. (Bạn có thể nấu soffritto trong dầu ô liu trước một hoặc hai ngày, nếu muốn, để chia nhỏ các bước tốn nhiều thời gian trong công thức. Soffritto cũng có thể đông lạnh tốt trong tối đa 2 tháng!)

c) Cho thịt vào nồi, tăng lửa lớn rồi cho rượu vào. Dùng thìa gỗ cạo đáy nồi để loại bỏ những phần màu nâu còn sót lại trong nước sốt. Thêm nước kho hoặc nước, sữa, lá nguyệt quế, vỏ, quế, bột cà chua và vỏ Parmesan, nếu dùng. Thêm 10 hạt nhục đậu khấu tươi bằng cách xay nó trên máy xay nhục đậu khấu hoặc máy xay mịn khác. Nêm muối và hạt tiêu mới xay cho vừa ăn. Đun sôi, sau đó nhỏ lửa.

d) Để nước sốt tiếp tục sôi, thỉnh thoảng khuấy đều. Sau khi sữa tan và nước sốt bắt đầu ngon miệng, trong khoảng từ 30 đến 40 phút, bắt đầu nếm thử hỗn hợp và điều chỉnh muối, axit, vị ngọt, độ đậm đà và đậm đà. Nếu cần một ít axit, hãy thêm một chút rượu vang. Nếu nó có vẻ nhạt nhẽo, hãy thêm bột cà chua để làm cho nó sống động và tạo vị ngọt. Nếu cần đậm đà hơn, hãy thêm một ít sữa. Nếu ragù có vẻ mỏng, hãy thêm một ít nước cốt. Nó sẽ giảm bớt khi đun sôi, để lại gelatin để giúp nước sốt đặc lại.

e) Đun nhỏ lửa ở nhiệt độ thấp nhất có thể, thỉnh thoảng hớt bớt mỡ và khuấy thường xuyên cho đến khi thịt mềm và hương vị hòa quyện, khoảng 1 tiếng rưỡi đến 2 giờ. Khi bạn hài lòng rằng món ragù đã chín, hãy dùng thìa hoặc muôi hớt hết mỡ nổi lên trên bề mặt và loại bỏ vỏ Parmesan, lá nguyệt quế, vỏ cam quýt và quế. Hương vị và điều chỉnh lại muối và hạt tiêu.

f) Đối với 4 phần ăn, trộn 2 cốc ragù nóng với 1 pound mì ống nấu chín vừa và 4 thìa bơ. Ăn kèm với nhiều Parmesan tươi bào sợi.

g) Đậy nắp và bảo quản phần ragù còn lại trong tủ lạnh tối đa 1 tuần hoặc trong tủ đông tối đa 3 tháng. Đun sôi lại trước khi sử dụng.

25.Mỳ ống alle Sò Mỳ ống với nghêu

THÀNH PHẦN:

- Muối
- Dầu ôliu siêu nguyên chất
- 1 củ hành tây vàng vừa, thái hạt lựu, giữ lại phần gốc
- 2 hoặc 3 nhánh mùi tây, cộng thêm 1/4 chén lá thái nhỏ
- 2 pound nghêu cổ nhỏ, đã chà kỹ
- 1 chén rượu trắng khô
- 2 tép tỏi, băm nhỏ
- Khoảng 1 muỗng cà phê ớt đỏ
- 1 pound mì ống hoặc spaghetti
- 2 pound nghêu Manila hoặc Cherrystone, đã được chà kỹ
- Nước ép của 1 quả chanh
- 4 thìa bơ
- 1 ounce Parmesan, bào mịn (khoảng 1/4 cốc)

HƯỚNG DẪN:

a) Đun sôi một nồi nước muối lớn.

b) Đun nóng chảo rán lớn trên lửa vừa cao và thêm một thìa dầu. Thêm phần rễ của hành tây, nhánh mùi tây và số lượng củ nhỏ vừa đủ vào một lớp, sau đó đổ vào 3/4 cốc rượu.

c) Tăng nhiệt lên cao, đậy nắp chảo và để ngao hấp cho đến khi chúng mở miệng, từ 3 đến 4 phút. Tháo nắp và dùng kẹp để chuyển nghêu vào tô khi chúng mở nắp. Nếu có con nghêu cứng đầu, hãy dùng kẹp gõ nhẹ vào chúng để khuyến khích chúng mở miệng. Loại bỏ những con nghêu không mở miệng sau 6 phút nấu. Cho phần rượu còn lại vào chảo và nấu tương tự với phần rượu còn lại.

d) Lọc chất lỏng nấu qua lưới lọc mịn và đặt sang một bên. Khi nghêu đủ nguội để xử lý, hãy tách chúng ra khỏi vỏ và cắt thô. Đặt sang một cái bát nhỏ với lượng nước nấu vừa đủ để đậy nắp. Bỏ vỏ đi.

e) Rửa sạch chảo, sau đó đặt trên lửa vừa. Cho lượng dầu vừa đủ ngập đáy chảo, cho hành tây thái hạt lựu và một chút muối vào. Nấu cho đến khi mềm, thỉnh thoảng khuấy, khoảng 12 phút. Hành tây lên màu cũng được nhưng đừng để bị cháy; thêm một chút nước nếu bạn cần.

f) Trong khi đó, nấu mì ống cho đến khi không còn đếndente.

g) Thêm tỏi và 1/2 muỗng cà phê hạt tiêu vào hành tây và xào nhẹ. Trước khi tỏi có cơ hội chuyển sang màu nâu, hãy cho nghêu Manila hoặc trai anh đào vào và tăng lửa lên cao. Thêm một chút nước nấu nghêu hoặc rượu vang vào rồi đậy nắp chảo. Ngay khi nghêu mở miệng, thêm phần cổ nhỏ đã cắt nhỏ vào. Nấu chung trong vài phút, sau đó nếm và điều chỉnh độ axit bằng nước cốt chanh hoặc thêm rượu trắng nếu cần.

h) Xả mì ống, để lại 1 cốc nước nấu và cho ngay vào chảo cùng nghêu. Để mì tiếp tục nấu cho đến khi mì có độ đếndente trong nước ngao để chúng có thể ngấm hết vị mặn.

i) Nếm thử và điều chỉnh độ mặn, độ cay và độ chua. Mì ống phải khá ngon - nếu không, hãy thêm nhiều thìa nước nấu ngao, rượu hoặc nước mì ống. Thêm bơ và phô mai vào và để chúng tan chảy, sau đó trộn đều để phủ mì ống. Rắc lá mùi tây cắt nhỏ và thìa vào bát.

j) Ăn ngay với bánh mì giòn để chấm nước sốt.

CÁ

26.Cá hồi nướng chậm

THÀNH PHẦN:

- 1 nắm lớn các loại thảo mộc tốt, chẳng hạn như rau mùi tây, ngò, thì là, hoặc lá thì là hoặc 3 lá sung
- 1 phi lê cá hồi nặng 2 pound, bỏ da
- Muối
- Dầu ôliu siêu nguyên chất

HƯỚNG DẪN:

a) Làm nóng lò ở nhiệt độ 225°F. Làm một lớp rau thơm, hoặc nếu dùng lá sung, hãy xếp chúng vào giữa khay nướng. Để qua một bên.

b) Mỗi bên của cá hồi có một đường xương ghim mỏng dài tới khoảng 2/3 dọc theo miếng thịt thăn. Dùng nhíp hoặc kìm mũi kim đặt mặt da thăn xuống thớt. Dùng ngón tay lướt nhẹ trên cá từ đầu đến đuôi để xác định vị trí xương và đẩy đầu cá ra khỏi thịt.

c) Bắt đầu từ phần đầu, rút từng xương ra, dùng nhíp kéo chúng theo cùng góc mà chúng dính vào cá. Sau khi lấy xương ra, bạn hãy nhúng nhíp vào cốc nước lạnh để xương nhả ra. Khi hoàn tất, bạn hãy lướt ngón tay trên cá một lần nữa để đảm bảo lấy hết xương. Đó là nó!

d) Ướp muối cả hai mặt của cá rồi nhét vào lớp rau thơm. Rưới một thìa dầu ô liu lên cá và dùng tay xoa đều. Trượt chảo vào lò nướng.

e) Nướng trong 40 đến 50 phút, cho đến khi cá bắt đầu bong ra ở phần dày nhất của miếng thịt khi bạn chọc bằng dao hoặc ngón tay. Vì phương pháp này rất nhẹ nhàng với protein nên cá sẽ có màu trong suốt ngay cả khi được nấu chín.

f) Sau khi cá hồi chín, hãy bẻ nó thành những miếng lớn, mộc mạc và đổ một lượng lớn Thảo dược Nước xốt bất kỳ loại nào lên trên. Kumquat Nước xốt và Meyer Lemon Nước xốt đặc biệt hiệu quả ở đây. Ăn cùng với đậu trắng hoặc khoai tây và thì là và củ cải cạo râu.

27.Cá tẩm bia

THÀNH PHẦN:

- 2 1/2 chén bột mì đa dụng
- 1 thìa cà phê bột nở
- 1/2 thìa cà phê ớt cayenne xay
- Muối
- 1 1/2 pound cá trắng dạng vảy, chẳng hạn như cá bơn, cá bơn hoặc cá tuyết đá, đã bỏ xương và cắt nhỏ
- 6 chén dầu hạt nho, đậu phộng hoặc dầu hạt cải để chiên
- 1 1/4 cốc vodka, đá lạnh
- Khoảng 1 1/2 cốc bia lớn, lạnh như đá
- Tùy chọn: Để giòn hơn, thay thế bột gạo bằng một nửa bột mì đa dụng

HƯỚNG DẪN:

a) Trong một tô vừa, trộn bột mì, bột nở, ớt cayenne và một chút muối. Đặt trong tủ đông.

b) Cắt cá thành 8 miếng bằng nhau theo đường chéo, mỗi miếng dài khoảng 1 x 3 inch. Nêm thật nhiều muối. Giữ trên đá hoặc trong tủ lạnh cho đến khi sẵn sàng nấu.

c) Đặt một chảo rộng và sâu trên lửa vừa. Thêm đủ dầu để đạt độ sâu 1 1/2 inch và đun nóng đến 365°F.

d) Khi dầu nóng, làm bột: thêm rượu vodka vào bát bột trong khi khuấy từ từ bằng các đầu ngón tay. Sau đó, dần dần thêm đủ bia để làm loãng bột có độ đặc tương tự như bột bánh kếp — nó sẽ dễ dàng nhỏ giọt từ đầu ngón tay của bạn. Đừng trộn quá kỹ—các cục sẽ biến thành lớp vỏ giòn, nhẹ khi chiên.

e) Đặt một nửa con cá vào bát bột. Lần lượt phủ từng miếng cá lên rồi cẩn thận thả chúng vào dầu nóng. Đừng đóng gói quá nhiều trong nồi—không bao giờ nên có nhiều hơn một lớp cá trong dầu. Khi chiên các miếng bánh, bạn dùng kẹp nhẹ nhàng để chúng không dính vào nhau. Sau khoảng 2 phút, khi mặt dưới có màu vàng nâu thì lật các miếng bánh lại và chiên mặt thứ hai. Khi mặt thứ hai đã vàng, dùng kẹp hoặc thìa có rãnh để vớt cá ra khỏi dầu. Nêm muối và để ráo trên khay nướng có lót khăn giấy.

f) Chiên phần cá còn lại theo cách tương tự, để nhiệt độ dầu trở về 365°F giữa các mẻ.

g) Ăn ngay với chanh và sốt Tartar.

28.cá ngừ thú nhận

THÀNH PHẦN:

- 1 1/2 pound cá ngừ albacore hoặc cá ngừ vây vàng tươi, cắt thành miếng dày 1/2 inch
- Muối
- 2 1/2 chén dầu ô liu
- 4 tép tỏi, bóc vỏ
- 1 quả ớt đỏ khô
- 2 lá nguyệt quế
- 2 dải vỏ chanh 1 inch
- 1 muỗng cà phê hạt tiêu đen

HƯỚNG DẪN:

a) Nêm cá ngừ với muối khoảng 30 phút trước khi nấu.

b) Để làm món cá ngừ, hãy cho dầu, tỏi, ớt đỏ, lá nguyệt quế, vỏ chanh và hạt tiêu vào lò nướng kiểu Hà Lan hoặc chảo xào sâu và dày. Đun nóng đến khoảng 180°F—dầu phải ấm khi chạm vào nhưng không nóng.

c) Nấu trong khoảng 15 phút để dầu thấm chất thơm và cũng để thanh trùng mọi thứ để có thời hạn sử dụng lâu dài.

d) Lăn từng lớp cá ngừ vào dầu ấm. Cá ngừ phải được phủ đầy dầu, vì vậy hãy thêm nhiều hơn nếu cần. Bạn cũng có thể nấu cá theo mẻ nếu cần thiết.

e) Đổ dầu về nhiệt độ khoảng 150°F hoặc chỉ cho đến khi bạn thấy cá phát ra một hoặc hai bong bóng cứ sau vài giây. Nhiệt độ chính xác của dầu không quá quan trọng và nó sẽ dao động khi bạn vặn lửa lên xuống và thêm và lấy cá ra. Điều quan trọng là phải nấu cá từ từ, vì vậy hãy nấu ở mức lửa nhỏ nếu cần.

f) Sau khoảng 9 phút, lấy một miếng ra khỏi dầu và kiểm tra độ chín. Cá phải có độ chín vừa phải—vẫn còn khá hồng ở giữa—vì nhiệt sẽ tiếp tục truyền qua. Nếu quá hiếm, hãy cho cá vào dầu và nấu thêm một phút nữa.

g) Gắp cá đã nấu chín ra khỏi dầu và để nguội trên đĩa thành từng lớp, sau đó cho vào hộp thủy tinh và lọc dầu đã nguội lên cá. Phục vụ ở nhiệt độ phòng hoặc ướp lạnh. Cá sẽ được bảo quản trong tủ lạnh có phủ dầu trong khoảng 2 tuần.

GÀ VÀ TRỨNG

29.Gà Bị giật giòn nhất

THÀNH PHẦN:

- 4 pound gà nguyên con
- Muối
- Dầu ôliu siêu nguyên chất

HƯỚNG DẪN:

a) Một ngày trước khi bạn định nấu gà, hãy cho gà vào (hoặc nhờ người bán thịt giúp đỡ!). Dùng kéo làm bếp hạng nặng để cắt dọc theo hai bên cột sống (mặt dưới của con chim) và cắt bỏ nó. Bạn có thể bắt đầu từ phần đuôi hoặc phần cổ, tùy theo sở thích của bạn. Khi bạn đã loại bỏ cột sống, hãy đặt nó để làm kho. Loại bỏ các đầu cánh và dự trữ chúng để dự trữ.

b) Đặt gà lên thớt, úp ức gà lên. Ấn xương ức xuống cho đến khi bạn nghe thấy tiếng sụn kêu và chim nằm phẳng. Rắc muối đều lên cả hai mặt cho chim. Đặt phần ức lên trên một đĩa nướng nông và để trong tủ lạnh, không đậy nắp, qua đêm.

c) Lấy con chim ra khỏi tủ lạnh một giờ trước khi bạn định nấu nó. Làm nóng lò ở nhiệt độ 425°F, với giá đỡ được đặt ở phần trên của lò.

d) Đun nóng chảo gang 10 hoặc 12 inch hoặc chảo khác trên lửa vừa cao. Thêm lượng dầu ô liu vừa đủ để phủ đáy chảo. Ngay khi dầu sủi bọt, cho gà vào chảo, úp ức gà xuống và chiên vàng trong 6 đến 8 phút cho đến khi vàng. Sẽ không sao nếu chim không nằm thẳng hoàn toàn miễn là ức tiếp xúc với chảo. Lật con chim lên (một lần nữa, sẽ ổn nếu nó không nằm phẳng hoàn toàn) và trượt toàn bộ chảo gang vào lò nướng trên giá đã chuẩn bị sẵn. Đẩy chảo ra tận phía sau lò, với tay cầm của chảo hướng về bên trái.

e) Sau khoảng 20 phút, cẩn thận dùng găng tay lò nướng để xoay chảo 180 độ sao cho tay cầm hướng về bên phải và đưa chảo về phía sau của giá trên cùng.

f) Nấu cho đến khi toàn bộ gà có màu nâu và nước chảy trong khi bạn cắt giữa đùi và đùi, khoảng 45 phút.

g) Hãy nghỉ ngơi 10 phút trước khi khắc. Thưởng thức khi còn nóng hoặc ở nhiệt độ phòng.

30.Kuku Sabzi Thảo dược Ba Tư và Ốp lết xanh

THÀNH PHẦN:
- 2 bó củ cải xanh, rửa sạch
- 1 tỏi tây lớn
- Dầu ôliu siêu nguyên chất
- Muối
- 6 muỗng canh bơ không muối
- 4 chén lá ngò thái nhỏ và thân mềm
- 2 chén lá thì là thái nhỏ và thân mềm
- 8 đến 9 quả trứng lớn

HƯỚNG DẪN:

a) Làm nóng lò ở nhiệt độ 350°F nếu bạn không muốn lật kuku giữa chừng khi nấu.

b) Tách lá củ cải. Một tay nắm chặt phần gốc của mỗi thân cây, tay kia kẹp chặt thân cây và kéo lên trên để tước lá. Lặp lại với củ cải còn lại, giữ lại thân cây.

c) Loại bỏ phần gốc và phần trên của tỏi tây, sau đó làm tư theo chiều dọc. Cắt mỗi phần tư thành lát 1/4 inch, cho vào tô lớn và rửa kỹ để loại bỏ bụi bẩn. Xả càng nhiều nước càng tốt. Cắt mỏng thân củ cải, loại bỏ những phần cứng ở gốc. Thêm vào tỏi tây đã rửa sạch và đặt sang một bên.

d) Nhẹ nhàng làm nóng chảo gang hoặc chảo chống dính 10 hoặc 12 inch trên lửa vừa và thêm đủ dầu ô liu để phủ đều đáy chảo. Thêm lá củ cải vào và nêm một chút muối. Nấu, thỉnh thoảng khuấy cho đến khi lá héo, từ 4 đến 5 phút. Lấy củ cải ra khỏi chảo, đặt sang một bên và để nguội.

e) Bắc chảo lên bếp đun trên lửa vừa rồi cho 3 thìa bơ vào. Khi bơ bắt đầu sủi bọt, thêm tỏi tây thái lát và thân củ cải cùng với một chút muối. Nấu cho đến khi mềm và trong suốt, từ 15 đến 20 phút. Thỉnh thoảng khuấy đều và nếu cần, thêm một chút nước, giảm lửa hoặc đậy nắp hoặc một mảnh giấy da để giữ hơi nước và giữ cho màu không bị phát triển.

f) Trong lúc đó, bạn vắt khô lá củ cải đã nấu chín, loại bỏ nước rồi cắt nhỏ. Kết hợp trong một bát lớn với ngò và thì là. Khi tỏi tây và thân củ cải chín, cho chúng vào rau xanh. Để hỗn hợp nguội một chút rồi dùng tay trộn đều mọi thứ. Nêm nếm và nêm thêm muối, biết rằng bạn sắp thêm một loạt trứng vào hỗn hợp.

g) Thêm từng quả trứng vào cho đến khi hỗn hợp vừa đủ dính với trứng—bạn có thể không cần sử dụng cả 9 quả trứng, tùy thuộc vào độ ẩm của rau xanh và kích thước trứng của bạn, nhưng điều đó có vẻ nực cười. số lượng rau xanh! Tôi thường nếm và điều chỉnh hỗn hợp cho muối vào thời điểm này, nhưng nếu không muốn nếm trứng sống, bạn có thể nấu một ít kuku thử và điều chỉnh muối nếu cần.

h) Lau sạch và hâm nóng chảo ở lửa vừa cao — đây là bước quan trọng để kuku không bị dính — rồi thêm 3 thìa bơ và 2 thìa dầu ô liu, sau đó khuấy đều. Khi bơ bắt đầu sủi bọt, cẩn thận cho hỗn hợp kuku vào chảo.

i) Để giúp kuku chín đều, trong vài phút đầu tiên nấu, hãy dùng thìa cao su nhẹ nhàng kéo các mép của hỗn hợp vào giữa khi chúng chín. Sau khoảng 2 phút, giảm lửa ở mức vừa và để kuku tiếp tục nấu mà không chạm vào. Bạn sẽ biết chảo đã đủ nóng miễn là dầu sủi bọt nhẹ lên các cạnh của kuku.

j) Vì kuku này quá dày nên sẽ mất một lúc để phần giữa cứng lại. Chìa khóa ở đây là không để lớp vỏ cháy trước khi đông lại ở giữa. Nhìn vào lớp vỏ bằng cách nhấc kuku bằng thìa cao su và nếu trời quá tối quá sớm, hãy giảm nhiệt. Xoay chảo một phần tư vòng cứ sau 3 hoặc 4 phút để đảm bảo bánh chín vàng đều.

k) Sau khoảng 10 phút, khi hỗn hợp đã đặc đến mức không còn chảy nữa và đáy có màu nâu vàng thì bạn hãy lấy hết can đảm và chuẩn bị lật kuku. Đầu tiên, đổ càng nhiều mỡ nấu ăn càng tốt vào bát để tránh bị bỏng, sau đó lật kuku lên chảo pizza hoặc mặt sau của khay nướng bánh quy hoặc vào một chiếc chảo rán lớn khác. Thêm 2 muỗng canh dầu ô liu vào chảo nóng và cho kuku trở lại để nấu mặt thứ hai. Nấu thêm 10 phút nữa, xoay chảo 3 hoặc 4 phút một lần.

l) Nếu có điều gì đó không ổn khi bạn cố gắng lật, đừng lo lắng! Chỉ là bữa trưa thôi. Bạn chỉ cần cố gắng hết sức để lật kuku, thêm một ít dầu vào chảo và cho nguyên miếng trở lại chảo.

m) Nếu bạn không muốn lật, hãy cho toàn bộ khuôn vào lò nướng và nướng cho đến khi phần giữa chín hoàn toàn, khoảng 10 đến 12 phút.

n) Kiểm tra độ chín bằng cách dùng tăm hoặc chỉ cần lắc chảo qua lại để tìm xem phần trên của kuku có lắc lư nhẹ hay không. Khi đã xong, cẩn thận lật nó ra khỏi chảo đặt lên đĩa. Thấm bớt dầu thừa. Ăn ấm, ở nhiệt độ phòng hoặc lạnh. Kuku tạo ra những món ăn thừa tuyệt vời!

31.Gà Chiên Cay

THÀNH PHẦN:

- 4 pound thịt gà, cắt thành 10 miếng, hoặc 3 pound đùi gà có xương, còn da
- Muối
- 2 quả trứng lớn
- 2 cốc bơ sữa
- 1 muỗng canh nước sốt nóng (món tôi thích nhất là Valentina!)
- 3 chén bột mì đa dụng
- 6 đến 8 cốc dầu hạt nho, đậu phộng hoặc dầu hạt cải để chiên, cộng thêm 1/4 cốc dầu cay
- 2 muỗng canh ớt cayenne
- 1 muỗng canh đường nâu đậm
- 1/2 thìa cà phê ớt bột xông khói
- 1/2 muỗng cà phê thì là nướng, nghiền mịn
- 1 tép tỏi, giã nhuyễn hoặc giã nhuyễn với một chút muối

HƯỚNG DẪN:

a) Chuẩn bị gà trước khi nấu. Nếu dùng cả con gà thì cắt thành 10 miếng. Hãy để dành thân thịt cho mẻ nước luộc gà tiếp theo của bạn. Nếu sử dụng đùi, hãy rút xương và cắt làm đôi.

b) Rắc muối đều khắp các mặt. Để gà vào tủ lạnh nếu nêm gia vị trước hơn một giờ; nếu không, hãy để nó trên quầy.

c) Đánh đều trứng, bơ sữa và nước sốt nóng trong một tô lớn. Để qua một bên. Đánh đều bột mì và 2 nhúm muối trong một tô khác. Để qua một bên.

d) Đặt một chảo rộng và sâu trên lửa vừa. Thêm dầu đến độ sâu 1 1/2 inch và đun nóng đến 360°F. Bắt đầu nạo thịt gà, mỗi lần một hoặc hai miếng. Đầu tiên, lăn qua bột mì và rũ bỏ phần bột thừa, sau đó nhúng vào bơ sữa, để phần bột thừa nhỏ lại vào tô, sau đó cho lại vào hỗn hợp bột và nạo lần cuối. Lắc phần thừa và đặt lên khay nướng.

e) Chiên gà làm hai hoặc ba vòng, để nhiệt độ của dầu giảm xuống và dao động ở khoảng 325°F trong khi gà chín. Thỉnh thoảng dùng kẹp kim loại để lật gà cho đến khi da có màu nâu vàng đậm, khoảng 12 phút (gần 16 phút đối với miếng lớn và 9 phút đối với miếng nhỏ). Nếu bạn không chắc thịt đã chín chưa, hãy dùng dao gọt qua lớp vỏ và nhìn vào miếng thịt. Thịt phải được nấu chín đến tận xương và nước thịt chảy ra phải trong.

f) Nếu thịt vẫn còn sống hoặc nước ép có chút màu hồng, hãy cho gà vào dầu và tiếp tục nấu cho đến khi chín.

g) Để nguội trên giá lưới đặt trên khay nướng.

h) Kết hợp ớt cayenne, đường nâu, ớt bột, thì là và tỏi vào một cái bát nhỏ và thêm 1/4 cốc dầu. Quét dầu cay lên gà và dùng ngay.

32.Bánh nồi gà

THÀNH PHẦN:
ĐỂ ĐIỀN

- 4 pound thịt gà hoặc 3 pound đùi gà có xương, bỏ da
- Muối
- Dầu ôliu siêu nguyên chất
- 3 thìa bơ
- 2 củ hành vàng vừa, bóc vỏ và thái hạt lựu thành miếng 1/2 inch
- 2 củ cà rốt lớn, gọt vỏ và thái hạt lựu thành miếng 1/2 inch
- 2 cọng cần tây lớn, thái hạt lựu thành miếng 1/2 inch
- 1/2 pound nấm cremini, nấm nút hoặc nấm chanterelle tươi, cắt nhỏ và cắt thành từng phần
- 2 lá nguyệt quế
- 4 nhánh húng tây tươi
- Hạt tiêu vừa mới nghiền
- 3/4 chén rượu trắng khô hoặc rượu sherry khô
- 1/2 cốc kem
- 3 cốc nước luộc gà hoặc nước
- 1/2 chén bột mì
- 1 chén đậu Hà Lan, tươi hoặc đông lạnh
- 1/4 chén lá mùi tây thái nhỏ

ĐỐI VỚI LỚP VỎ

- 1 công thức Bột làm bánh nướng toàn bơ, nhưng làm lạnh bột thành từng miếng duy nhất, hoặc 1/2 công thức Bánh quy sữa bơ nhẹ và dễ bong, hoặc 1 gói bánh phồng mua ở cửa hàng
- 1 quả trứng lớn, đánh nhẹ

HƯỚNG DẪN:

a) Chuẩn bị gà trước khi nấu. Nếu sử dụng cả con gà, hãy chia thành bốn phần và để dành phần thân thịt cho mẻ nước luộc gà tiếp theo của bạn. Nêm thật nhiều muối. Để gà vào tủ lạnh nếu nêm gia vị trước hơn một giờ; nếu không, hãy để nó trên quầy.

b) Đặt một lò nướng Hà Lan lớn hoặc nồi tương tự trên lửa vừa cao. Khi chảo nóng, cho lượng dầu ô liu vừa đủ vào đáy nồi. Khi dầu sủi bọt, cho nửa miếng gà vào chảo, úp mặt da xuống và chiên vàng đều các mặt, khoảng 4 phút mỗi mặt. Chuyển sang đĩa và lặp lại với phần gà còn lại.

c) Cẩn thận loại bỏ mỡ và bắc nồi lên bếp trên lửa vừa. Đun chảy bơ và thêm hành tây, cà rốt, cần tây, nấm, lá nguyệt quế và húng tây. Nêm nhẹ với muối và hạt tiêu. Nấu, thỉnh thoảng khuấy cho đến khi rau bắt đầu có màu và mềm, khoảng 12 phút. Đổ rượu hoặc rượu sherry vào và khử men trên chảo bằng thìa gỗ.

d) Nhúng thịt gà chín vào rau. Thêm kem và nước luộc gà hoặc nước vào rồi tăng lửa lên cao. Đậy nắp nồi và đun sôi, sau đó giảm nhỏ lửa. Nếu dùng thì lấy ức ra sau 10 phút đun sôi, nhưng nấu thịt sẫm màu tổng cộng là 30 phút. Tắt lửa, sau đó chuyển gà đã chín ra đĩa và để nước sốt nguội. Bỏ lá nguyệt quế và húng tây đi. Sau khi nước sốt lắng được vài phút và mỡ nổi lên trên, dùng muôi hoặc thìa rộng hớt nước sốt cho vào cốc đong chất lỏng hoặc bát nhỏ.

e) Trong một bát nhỏ riêng biệt, dùng nĩa trộn 1/2 cốc mỡ gầy với bột mì thành hỗn hợp sệt. Khi tất cả bột đã ngấm hết, cho một muôi đầy nước nấu vào khuấy đều và trộn đều. Cho chất lỏng đặc này vào nồi và đun sôi toàn bộ nước sốt, sau đó giảm lửa nhỏ và nấu cho đến khi nước sốt không còn vị bột sống, khoảng 5 phút. Nêm nếm và điều chỉnh gia vị với muối và hạt tiêu đen mới xay, sau đó tắt bếp.

f) Làm nóng lò ở nhiệt độ 400°F. Đặt giá đỡ lò ở vị trí cao ở giữa.

g) Khi gà đủ nguội để cầm, xé thịt và thái nhỏ da. Để dành xương để kho. Thêm thịt gà xé nhỏ và da, đậu Hà Lan và rau mùi tây vào nồi. Khuấy đều, nếm thử và điều chỉnh gia vị nếu cần. Hủy bỏ khỏi nhiệt.

h) Nếu sử dụng bột làm bánh, hãy cán thành hình chữ nhật có kích thước 15 x 11 inch, dày khoảng 1/8 inch và cắt các lỗ hơi dài ít nhất

4 inch trên bột. Nếu dùng bánh quy, hãy cắt ra 8 chiếc bánh quy. Nếu sử dụng bánh phồng, hãy rã đông nhẹ nhàng và trải bột ra, sau đó cắt các lỗ thông hơi dài ít nhất 4 inch trên bột.

i) Đổ nhân vào chảo thủy tinh hoặc gốm 9 x 13 inch hoặc đĩa nướng nông có kích thước tương tự. Đặt bột hoặc bánh phồng đã chuẩn bị sẵn lên trên phần nhân và cắt bột để chừa lại đường viền 1/2 inch xung quanh miệng chảo. Nhét khối bột lại bên dưới và bịt kín. Nếu bột không tự dính vào chảo, hãy dùng một ít nước rửa trứng để tạo độ dính. Nếu sử dụng bánh quy, hãy nhẹ nhàng nhét chúng vào nhân bánh sao cho chúng lộ ra khoảng 3/4 đường. Quét bột, bánh phồng hoặc bánh quy thật kỹ và rộng rãi bằng nước rửa trứng.

j) Đặt lên khay nướng và nướng trong vòng 30 đến 35 phút, cho đến khi bột hoặc bánh ngọt có màu nâu vàng và phần nhân sủi bọt. Ăn nóng.

33.Thú nhận gà

THÀNH PHẦN:
- 4 chân gà, kèm theo đùi
- Muối
- Hạt tiêu vừa mới nghiền
- 4 nhánh húng tây tươi
- 4 tép
- 2 lá nguyệt quế
- 3 tép tỏi, giảm một nửa
- Khoảng 4 chén mỡ vịt hoặc gà hoặc dầu ô liu

HƯỚNG DẪN:

a) Chuẩn bị gà trước một ngày. Dùng dao sắc rạch phần da ở gốc xung quanh mỗi dùi trống, ngay phía trên khớp mắt cá chân. Cắt dọc xung quanh, xuống tận xương, đảm bảo cắt đứt gân. Nêm với muối và hạt tiêu. Xếp vào đĩa cùng với húng tây, đinh hương, lá nguyệt quế và tỏi. Đậy nắp và để lạnh qua đêm.

b) Để chuẩn bị, hãy loại bỏ chất thơm và đặt chân vào lò nướng hoặc nồi lớn kiểu Hà Lan thành một lớp. Nếu sử dụng mỡ vịt hoặc mỡ gà, hãy đun nóng nhẹ trong nồi vừa cho đến khi hóa lỏng. Đổ đủ mỡ vào lò nướng hoặc nồi kiểu Hà Lan để ngập thịt, sau đó đun trên lửa vừa cho đến khi miếng gà nổi lên những bong bóng đầu tiên. Giảm nhiệt để chất béo không bao giờ vượt quá mức sôi nhẹ nhất. Nấu cho đến khi thịt mềm tận xương, khoảng 2 giờ.

c) (Ngoài ra, hãy nấu toàn bộ món trong lò, ở nhiệt độ khoảng 200°F. Hãy sử dụng các gợi ý tương tự để hướng dẫn bạn như khi đun sôi trên bếp.)

d) Khi thịt chín, tắt lửa và để nguội trong mỡ một lúc. Dùng kẹp kim loại, cẩn thận gỡ thịt gà ra khỏi mỡ. Nắm lấy xương ở đầu mắt cá chân để tránh làm rách da.

e) Để thịt và mỡ nguội, sau đó đặt gà vào đĩa thủy tinh hoặc gốm, lọc mỡ lên trên, đảm bảo ngập hoàn toàn. Đậy nắp. Bảo quản trong tủ lạnh tối đa 6 tháng.

f) Để phục vụ, lấy thịt gà ra khỏi mỡ, cạo bỏ phần thừa. Đun nóng chảo gang trên lửa vừa và đặt thịt gà với mặt da hướng xuống dưới vào chảo. Giống như với Gà băng chuyền, hãy sử dụng trọng lượng của một chiếc chảo gang bọc giấy bạc thứ hai để giúp làm béo và giòn da. Đặt chảo lên trên miếng gà và đun nóng nhẹ để da giòn ở tốc độ tương tự như khi hâm nóng thịt. Khi bạn bắt đầu nghe thấy tiếng nổ thay vì tiếng xèo xèo, hãy chú ý đến thịt hơn để thịt không bị cháy. Khi da đã chín vàng, lật gà và tiếp tục hâm nóng phần chân thứ hai mà không cần dùng tạ. Toàn bộ quá trình sẽ mất khoảng 15 phút.

g) Phục vụ ngay lập tức.

34.Gà rán áp chảo

THÀNH PHẦN:

- 6 ức gà không xương, không da
- 1 1/2 chén vụn bánh mì trắng mịn, tốt nhất là tự làm hoặc panko
- 3/4 ounce Parmesan, bào mịn (khoảng 1/4 cốc)
- 1 chén bột mì, nêm một chút muối và một chút ớt cayenne
- 3 quả trứng lớn, đánh với một chút muối
- 1 3/4 cốc bơ trong, làm từ 1 pound bơ

HƯỚNG DẪN:

a) Lót một khay nướng bằng giấy da và một khay khác bằng khăn giấy.

b) Nếu các đầu thầu vẫn còn dính vào vú, hãy loại bỏ chúng. Dùng một con dao sắc để loại bỏ phần da bạc hoặc mô liên kết ở phía trên mặt dưới của mỗi bên vú.

c) Đặt một miếng ức gà với mặt dưới hướng lên trên thớt. Chà nhẹ một mặt của túi nhựa với dầu ô liu rồi đặt mặt dầu hướng xuống trên trên bầu ngực. Dùng vồ nhà bếp đập vào mặt dưới của vú (hoặc nếu thiếu cái đó, hãy dùng lọ thủy tinh rỗng) cho đến khi nó dày đều khoảng 1/2 inch. Lặp lại với bên ngực còn lại.

d) Nêm nhẹ ức và mềm bằng muối, sau đó chuẩn bị một trạm tẩm bột. Chuẩn bị ba chiếc bát hoặc đĩa quay lớn, nông, mỗi chiếc đựng bột mì đã trộn, trứng đánh tan và vụn bánh mì. Trộn Parmesan vào vụn bánh mì.

e) Làm việc giống như Henry Ford, trước tiên hãy phủ bột mì lên tất cả các phần ngực và thịt mềm, sau đó rũ bỏ phần thừa. Sau đó nhúng và phủ tất cả chúng vào trứng và rũ bỏ phần thừa. Cuối cùng, phủ các miếng bánh mì vào vụn bánh mì và đặt chúng lên khay nướng có lót giấy da.

f) Đặt một chảo gang 10 hoặc 12 inch (hoặc chảo rán khác) trên lửa vừa cao và thêm lượng bơ đã làm trong vừa đủ sao cho các cạnh của chảo dày 1/4 inch. Khi mỡ sủi bọt, cho vài mẩu bánh mì vụn vào để kiểm tra nhiệt độ của mỡ. Ngay khi chúng bắt đầu kêu xèo xèo, hãy đặt càng nhiều ức gà càng tốt vào chảo thành một lớp. Cần có khoảng trống giữa mỗi bên ức và mỡ phải ngập ít nhất một nửa các mặt của con gà để đảm bảo bánh mì chín đều.

g) Nấu ức trên lửa vừa cao cho đến khi có màu vàng nâu, từ 3 đến 4 phút, sau đó xoay và lật. Nấu cho đến khi mặt thứ hai có màu nâu đều, lấy ra khỏi chảo và để ráo nước trên khay có lót khăn giấy. (Nếu bạn không chắc thịt đã chín chưa, hãy dùng dao gọt qua từng miếng bánh mì và kiểm tra.

h) Quay trở lại chảo và nấu lâu hơn nếu bạn thấy thịt có màu hồng.) Thêm bơ trong vào chảo nếu cần và nấu phần ức và thịt mềm còn lại theo cách tương tự.

i) Rắc nhẹ chút muối và dùng ngay.

35.Gà hun khói và mật ong

THÀNH PHẦN:
- 1 1/3 cốc mật ong
- 1 bó xô thơm
- 1 củ tỏi, cắt đôi theo chiều ngang
- 3/4 cốc (4 1/4 ounce) muối kosher hoặc 1/2 cốc muối biển mịn
- 1 muỗng canh hạt tiêu đen
- gà 4 cân
- 2 cốc táo vụn

HƯỚNG DẪN:

a) Một ngày trước khi bạn muốn nấu gà, hãy làm nước muối. Trong một nồi lớn, đun sôi 1 lít nước với 1 cốc mật ong, cây xô thơm, tỏi, muối và hạt tiêu. Thêm 2 lít nước lạnh. Để nước muối nguội đến nhiệt độ phòng. Ngâm gà vào nước muối, úp ức xuống và để trong tủ lạnh qua đêm.

b) Để nấu gà, lấy nó ra khỏi nước muối và lau khô. Lọc nước muối qua rây và nhét tỏi ngâm nước muối và cây xô thơm vào khoang gà. Gấp đầu cánh lên trên lưng con chim. Buộc hai chân gà lại với nhau. Để chim đạt đến nhiệt độ phòng.

c) Ngâm dăm gỗ trong nước khoảng 1 giờ, sau đó để ráo nước. Chuẩn bị nướng trên lửa gián tiếp.

d) Để hút thuốc trên bếp nướng than, hãy đốt than trong bộ khởi động ống khói. Khi than đỏ rực và phủ một lớp tro xám, hãy cẩn thận đổ chúng thành hai đống ở hai phía đối diện của vỉ nướng. Đặt một chiếc chảo nhôm dùng một lần vào giữa vỉ nướng. Rắc 1/2 chén dăm gỗ lên mỗi đống than để tạo khói. Đặt vỉ nướng lên vỉ nướng và đặt gà, ức hướng lên trên chảo nhỏ giọt.

e) Che vỉ nướng bằng các lỗ thông hơi đặt trên thịt. Mở lỗ thông hơi một nửa. Sử dụng nhiệt kế kỹ thuật số để giúp bạn duy trì nhiệt độ từ 200° đến 225°F, bổ sung than và củi khi cần thiết. Khi nhiệt kế đọc tức thời được cắm vào giữa chân ghi 130°F, hãy thoa 1/3 cốc mật ong còn lại lên khắp da. Đậy nắp vỉ nướng và tiếp tục nấu cho đến khi nhiệt kế ghi 160°F khi cắm vào giữa chân, nướng thêm khoảng 35 phút nữa. Lấy gà ra khỏi vỉ nướng và để yên 10 phút trước khi khắc.

f) Để làm giòn da trước khi dùng, hãy đốt than cho đến khi chúng thật nóng hoặc đốt lửa nhỏ ở một bên của vỉ nướng ở mức rất cao. Đưa gà trở lại vùng nhiệt gián tiếp và đậy nắp vỉ nướng. Nấu trong 5 đến 10 phút cho đến khi giòn.

g) Để hút thuốc trên bếp nướng gas, hãy đổ đầy dăm gỗ vào hộp hút thuốc và đốt ngọn lửa gần nó nhất cho đến khi bạn nhìn thấy khói. Nếu vỉ nướng của bạn không có hộp hút thuốc, hãy đặt khoai tây chiên vào giấy bạc dày và gấp lại thành túi. Đục một vài lỗ vào túi và đặt dưới vỉ trên một trong các đầu đốt. Đun lửa lớn cho đến khi thấy khói. Khi khoai tây chiên đã bốc khói, giảm lửa, hạ nắp và làm nóng lò nướng trước ở nhiệt độ 250°F. Duy trì nhiệt độ này trong suốt quá trình nấu.

h) Đặt gà, ức hướng lên trên, trên đầu đốt không sáng—đây là vùng nhiệt gián tiếp—và nấu từ 2 đến 2 tiếng rưỡi. Khi nhiệt kế đọc tức thời được cắm vào giữa chân ghi 130°F, hãy thoa 1/3 cốc mật ong còn lại lên khắp da. Đậy nắp vỉ nướng và tiếp tục nấu cho đến khi nhiệt kế ghi 160°F khi đưa vào giữa chân, nướng thêm khoảng 35 phút nữa. Lấy gà ra khỏi vỉ nướng và để yên 10 phút trước khi khắc.

i) Để làm giòn da trước khi dùng, hãy đốt than cho đến khi chúng thật nóng hoặc đốt lửa nhỏ ở một bên của vỉ nướng ở mức rất cao. Đưa gà trở lại vùng nhiệt gián tiếp và đậy nắp vỉ nướng. Nấu trong 5 đến 10 phút cho đến khi giòn.

j) Để phục vụ, hãy cắt thịt gà thành từng phần — nó rất hợp với Fried Sage Nước xốt Màu xanh lá — hoặc xé thịt để làm món gà kéo dùng cho bánh mì sandwich.

36.Súp gà và tỏi

THÀNH PHẦN:

- 4 pound thịt gà, cắt làm tư; hoặc 4 chân và đùi gà lớn
- Muối
- Hạt tiêu mới xay
- Dầu ôliu siêu nguyên chất
- 2 củ hành vàng vừa, thái hạt lựu (khoảng 3 cốc)
- 3 củ cà rốt lớn, gọt vỏ và thái hạt lựu (khoảng 1 1/4 cốc)
- 3 cọng cần tây lớn, thái hạt lựu (khoảng 1 cốc)
- 2 lá nguyệt quế
- 10 chén nước luộc gà
- 20 tép tỏi, thái lát mỏng
- Tùy chọn: Vỏ Parmesan

HƯỚNG DẪN:

a) Chuẩn bị gà trước khi nấu. Nếu sử dụng cả con gà, hãy chia đôi nó và để dành thân thịt cho mẻ nước luộc gà tiếp theo của bạn. Nêm thật nhiều muối và hạt tiêu đen mới xay. Để gà vào tủ lạnh nếu nêm gia vị trước hơn một giờ; nếu không, hãy để nó trên quầy.

b) Làm nóng lò nướng Hà Lan 8 lít hoặc nồi tương tự ở nhiệt độ cao. Thêm đủ dầu ô liu để phủ đáy nồi. Khi dầu sủi bọt, cho nửa miếng gà vào và chiên chín kỹ, khoảng 4 phút mỗi mặt. Loại bỏ và đặt sang một bên. Lặp lại với con gà còn lại.

c) Cẩn thận đổ phần lớn mỡ ra khỏi chảo. Cho chảo trở lại bếp và giảm nhiệt xuống mức trung bình thấp. Thêm hành tây, cà rốt, cần tây và lá nguyệt quế vào nấu cho đến khi mềm và có màu vàng nâu, khoảng 12 phút. Cho gà vào nồi và thêm 10 cốc nước luộc hoặc nước, muối, tiêu và vỏ Parmesan nếu dùng. Đun sôi, sau đó nhỏ lửa.

d) Đun nóng chảo nhỏ trên lửa vừa và cho lượng dầu ô liu vừa đủ phủ đều đáy chảo, sau đó cho tỏi vào. Nhẹ nhàng xào tỏi trong khoảng 20 giây cho đến khi tỏi tỏa ra mùi thơm nhưng đừng để tỏi có màu. Thêm nó vào súp và tiếp tục đun nhỏ lửa.

e) Nếu dùng ức, hãy lấy chúng ra khỏi nồi sau 12 phút và tiếp tục đun nhỏ lửa chân và đùi cho đến khi mềm, tổng cộng khoảng 50 phút. Tắt lửa và hớt bớt mỡ trên bề mặt nước dùng. Lấy hết thịt gà ra khỏi súp. Khi gà đủ nguội để xử lý, lấy thịt ra khỏi xương và xé nhỏ.

f) Loại bỏ da nếu bạn thích (mặc dù tôi thích cắt nhỏ và sử dụng nó), và cho thịt trở lại nước dùng. Nếm thử món súp và điều chỉnh lượng muối nếu cần. Ăn nóng.

g) Để trong tủ lạnh, đậy nắp tối đa 5 ngày hoặc đông lạnh tối đa 2 tháng.

37.Gà Adas Polo o Morgh với cơm đậu lăng

THÀNH PHẦN:

- gà nặng 4 pound; hoặc 8 đùi có xương, có da
- Muối
- 1 thìa cà phê cộng với 1 thìa thì là xay
- Dầu ôliu siêu nguyên chất
- 3 muỗng canh bơ không muối
- 2 củ hành vàng vừa, thái lát mỏng
- 2 lá nguyệt quế
- Sợi nghệ tây nhúm nhỏ
- 2 1/2 chén gạo basmati, chưa vo
- 1 cốc nho khô đen hoặc vàng
- 6 quả chà là Medjool, được chia thành 4 phần
- 4 1/2 chén nước dùng gà hoặc nước
- 1 1/2 chén đậu lăng nâu hoặc xanh đã nấu chín, để ráo nước (từ khoảng 3/4 chén sống)

HƯỚNG DẪN:

a) Chuẩn bị gà trước khi nấu. Nếu sử dụng cả con gà, hãy chia đôi nó và để dành thân thịt cho mẻ nước luộc gà tiếp theo của bạn. Nêm nhiều muối và 1 thìa cà phê thì là vào tất cả các mặt. Để gà vào tủ lạnh nếu nêm gia vị trước hơn một giờ; nếu không, hãy để nó trên quầy.

b) Quấn nắp lò nướng kiểu Hà Lan lớn hoặc chiếc nồi tương tự bằng khăn trà được buộc chặt vào tay cầm bằng dây cao su. Điều này sẽ hấp thụ hơi nước và ngăn hơi nước ngưng tụ và nhỏ giọt trở lại gà, khiến da bị sũng nước.

c) Đặt lò nướng kiểu Hà Lan ở lửa vừa cao và thêm dầu ô liu vào đáy chảo. Chiên gà thành hai mẻ để không làm dính chảo. Bắt đầu với mặt da hướng xuống, sau đó lật và xoay gà quanh chảo để gà chín vàng đều cả hai mặt, khoảng 4 phút mỗi mặt. Lấy ra khỏi chảo và đặt sang một bên. Cẩn thận loại bỏ chất béo.

d) Cho chảo lên lửa vừa và làm tan bơ. Thêm hành tây, thì là, lá nguyệt quế, nghệ tây và một chút muối vào nấu, khuấy đều cho đến khi có màu nâu và mềm, khoảng 25 phút.

e) Tăng lửa lên mức trung bình cao rồi cho gạo vào chảo và nướng, khuấy đều cho đến khi gạo chuyển sang màu vàng nhạt. Thêm nho khô và chà là vào rồi chiên trong một phút cho đến khi chúng bắt đầu chín mọng.

f) Đổ nước kho và đậu lăng vào, tăng lửa lên cao và đun sôi. Nêm thật nhiều muối và hương vị. Để cơm được nêm đúng cách, hãy pha nước đủ mặn để khiến bạn hơi khó chịu - nó phải mặn hơn món súp mặn nhất mà bạn từng nếm. Giảm nhiệt và nhét gà vào, mặt da hướng lên trên. Đậy chảo và nấu trong 40 phút ở nhiệt độ thấp.

g) Sau 40 phút, tắt lửa và để chảo ngồi, đậy nắp lại trong 10 phút để tiếp tục hấp. Tháo nắp và xới cơm bằng nĩa. Ăn ngay với thảo mộc Ba Tư và sữa chua dưa chuột.

38.Gà Giấm

THÀNH PHẦN:

- gà 4 cân
- Muối
- Hạt tiêu vừa mới nghiền
- 1/2 chén bột mì đa dụng
- Dầu ôliu siêu nguyên chất
- 3 muỗng canh bơ không muối
- 2 củ hành vàng vừa, thái lát mỏng
- 3/4 chén rượu trắng khô
- 6 muỗng canh giấm rượu trắng
- 2 muỗng canh lá ngải giấm, thái nhỏ
- 1/2 cốc kem béo hoặc crème fraîche

HƯỚNG DẪN:

a) Chuẩn bị gà trước khi nấu. Cắt con chim thành 8 miếng và để dành phần thịt cho mẻ nước luộc gà tiếp theo của bạn. Nêm thật nhiều muối và hạt tiêu đen mới xay. Để gà vào tủ lạnh nếu nêm gia vị trước hơn một giờ; nếu không, hãy để nó trên quầy.

b) Đặt bột vào một cái bát nông hoặc đĩa bánh và nêm một chút muối. Nhúng các miếng thịt gà vào bột mì, rũ bỏ phần thừa và xếp thành một lớp duy nhất trên giá lưới hoặc khay nướng có lót giấy da.

c) Đặt một cái chảo lớn hoặc lò nướng Hà Lan trên lửa vừa cao và thêm lượng dầu ô liu vừa đủ để tráng chảo. Chiên gà thành hai mẻ để không làm dính chảo. Bắt đầu với mặt da hướng xuống, sau đó lật và xoay gà quanh chảo để gà chín vàng đều cả hai mặt, khoảng 4 phút mỗi mặt. Đặt gà đã chín vàng lên khay nướng, sau đó cẩn thận loại bỏ mỡ và lau sạch chảo.

d) Cho chảo trở lại lửa vừa và làm tan bơ. Thêm hành tây, nêm muối và khuấy đều. Nấu hành tây, thỉnh thoảng khuấy cho đến khi chúng mềm và có màu nâu, khoảng 25 phút.

e) Tăng lửa lên cao, thêm rượu và giấm vào rồi dùng thìa gỗ cạo chảo để khử men. Thêm một nửa tarragon và khuấy đều. Cho gà, mặt da lên trên, vào chảo và hạ lửa xuống đun nhỏ lửa. Đậy nắp chảo và tiếp tục đun nhỏ lửa. Lấy ức ra khi chúng đã chín, sau khoảng 12 phút, nhưng để thịt sẫm màu tiếp tục nấu cho đến khi xương mềm, tổng cộng từ 35 đến 40 phút.

f) Chuyển gà vào đĩa, tăng lửa và thêm kem hoặc crème fraîche. Để nước sốt sôi và đặc lại. Nêm và điều chỉnh gia vị với muối, tiêu và thêm một chút giấm nếu cần để tăng vị cho nước sốt. Thêm tarragon còn lại và dùng thìa phủ lên gà để thưởng thức.

39.Gà ngũ vị tráng men

THÀNH PHẦN:

- 4 pound thịt gà hoặc 8 miếng đùi gà có xương, có da
- Muối
- 1/4 chén nước tương
- 1/4 chén đường nâu đậm
- 1/4 cốc mirin (rượu gạo)
- 1 muỗng cà phê dầu mè nướng
- 1 muỗng canh gừng nghiền mịn
- 4 tép tỏi, giã nhuyễn hoặc giã nhuyễn với một chút muối
- 1/2 muỗng cà phê bột ngũ vị hương Trung Quốc
- 1/4 thìa cà phê ớt cayenne
- 1/4 chén lá ngò thái nhỏ và thân mềm
- 4 củ hành lá, phần xanh và trắng cắt nhỏ

HƯỚNG DẪN:

a) Chuẩn bị gà một ngày trước khi bạn muốn nấu. Nếu sử dụng nguyên con gà, hãy cắt con chim thành 8 miếng và để dành phần thân cho mẻ nước luộc gà tiếp theo. Nêm nhẹ gà với muối và để yên trong 30 phút. Hãy nhớ rằng nước xốt bao gồm chủ yếu là nước tương, có vị mặn, vì vậy chỉ sử dụng lượng muối bằng một nửa so với cách khác.

b) Trong lúc đó, trộn đều nước tương, đường nâu, mirin, dầu mè, gừng, tỏi, ngũ vị hương và ớt cayenne. Đặt gà vào túi nhựa có khóa kéo và đổ nước xốt vào. Đậy kín túi và ấn nước xốt xung quanh để toàn bộ thịt gà được phủ đều. Làm lạnh qua đêm.

c) Một vài giờ trước khi bạn muốn nấu gà, hãy lấy gà ra khỏi tủ lạnh để đạt nhiệt độ phòng. Làm nóng lò ở nhiệt độ 400°F.

d) Để nấu, đặt mặt da gà lên đĩa nướng nông có kích thước 8 x 13 inch, sau đó rưới nước xốt lên thịt. Nước xốt phải phủ kín đáy chảo. Nếu không, hãy thêm 2 thìa nước để đảm bảo phủ đều và tránh bị cháy. Cho vào lò nướng và xoay chảo sau mỗi 10 đến 12 phút.

e) Nếu sử dụng, hãy lấy ức ra sau 20 phút nấu để tránh nấu quá chín. Tiếp tục nấu thịt sẫm màu thêm 20 đến 25 phút nữa cho đến khi xương mềm hoặc tổng cộng là 45 phút.

f) Khi thịt sẫm màu chín, cho ức vào chảo và quay lò nướng ở nhiệt độ 450°F để nước sốt giảm bớt và da có màu nâu sẫm và giòn trong khoảng 12 phút. Cứ 3 đến 4 phút lại phết nước xốt từ chảo lên gà để tráng men.

g) Ăn nóng, trang trí với ngò và hành lá thái lát.

h) Đậy nắp và để lạnh thức ăn thừa trong tối đa 3 ngày.

40.Gà nướng ướp bơ sữa

THÀNH PHẦN:

- 3 1/2 đến 4 pound gà
- Muối
- 2 cốc bơ sữa

HƯỚNG DẪN:

a) Một ngày trước khi bạn muốn nấu gà, hãy loại bỏ đầu cánh bằng cách dùng kéo cắt gia cầm hoặc dao sắc cắt qua khớp cánh đầu tiên. Dự trữ hàng tồn kho. Nêm thật nhiều muối và để yên trong 30 phút.

b) Khuấy 2 thìa muối kosher hoặc 4 thìa muối biển mịn vào bơ sữa để hòa tan. Đặt gà vào một túi nhựa có nắp đậy cỡ gallon và đổ sữa bơ vào. Nếu gà không vừa với túi cỡ gallon, hãy gấp đôi hai túi đựng nông sản bằng nhựa để tránh rò rỉ và buộc túi bằng một đoạn dây bện.

c) Đậy kín, bóp bơ sữa xung quanh gà, đặt lên đĩa có viền và để trong tủ lạnh. Nếu muốn, trong 24 giờ tới, bạn có thể lật túi để mọi bộ phận của gà đều được ướp, nhưng điều đó không cần thiết.

d) Lấy gà ra khỏi tủ lạnh một giờ trước khi bạn định nấu. Làm nóng lò ở nhiệt độ 425°F, đặt giá nướng ở vị trí chính giữa.

e) Lấy gà ra khỏi túi nhựa và cạo càng nhiều bơ sữa càng tốt mà không bị ám ảnh. Dùng dây buộc chặt hai chân gà lại với nhau. Đặt gà vào chảo gang 10 inch hoặc chảo rang nông.

f) Trượt chảo hết cỡ về phía sau lò trên giá giữa. Xoay chảo sao cho các chân hướng về góc sau bên trái và ức hướng về giữa lò (các góc sau có xu hướng là điểm nóng nhất trong lò, vì vậy hướng này sẽ bảo vệ ức không bị chín quá trước chân). đã xong). Khá nhanh chóng bạn sẽ nghe thấy tiếng gà xèo xèo.

g) Sau khoảng 20 phút, khi gà bắt đầu chuyển sang màu nâu, giảm nhiệt xuống 400°F và tiếp tục nướng trong 10 phút rồi di chuyển chảo sao cho chân gà quay về góc sau bên phải của lò.

h) Tiếp tục nấu thêm khoảng 30 phút nữa, cho đến khi toàn bộ gà có màu nâu và nước chảy trong khi bạn thọc dao xuống phần xương giữa chân và đùi.

i) Khi gà đã chín, lấy gà ra đĩa và để yên trong 10 phút trước khi cắt và thưởng thức.

41.Xa lát gà Sicily

THÀNH PHẦN:

- 1/2 củ hành đỏ vừa, thái hạt lựu
- 1/4 chén giấm rượu vang đỏ
- 1/2 cốc nho
- 5 chén thịt gà nướng hoặc luộc xé nhỏ (từ khoảng 1 con gà nướng)
- 1 cốc Aïoli cứng
- 1 thìa cà phê vỏ chanh bào mịn
- 2 thìa nước cốt chanh
- 3 muỗng canh lá mùi tây thái nhỏ
- 1/2 chén hạt thông, nướng nhẹ
- 2 cọng cần tây nhỏ, thái hạt lựu
- 1/2 củ thì là vừa, thái hạt lựu (khoảng 1/2 cốc)
- 2 thìa cà phê hạt thì là xay
- Muối

HƯỚNG DẪN:

a) Cho hành tây và giấm vào một cái bát nhỏ và để yên trong 15 phút cho hành chín.

b) Trong một bát nhỏ riêng biệt, ngâm nho vào nước sôi. Hãy để chúng ngồi trong 15 phút để bù nước và căng mọng. Xả và đặt vào một cái bát lớn.

c) Thêm thịt gà, aïoli, vỏ chanh, nước chanh, rau mùi tây, hạt thông, cần tây, củ thì là, hạt thì là và hai nhúm muối vào cà chua và khuấy đều. Khuấy hành tây ngâm (nhưng không trộn giấm) và nếm thử. Điều chỉnh muối và thêm giấm nếu cần.

d) Ăn kèm với những lát bánh mì nướng giòn hoặc bọc trong lá romaine hoặc rau diếp Little Gem.

THỊ T

42.Ức gà tây ngâm nước cay

THÀNH PHẦN:

- 3/4 cốc muối kosher hoặc 1/2 cốc (4 1/4 ounce) muối biển mịn
- 1/3 chén đường
- 1 đầu tỏi, cắt đôi theo chiều ngang
- 1 muỗng cà phê hạt tiêu đen
- 2 muỗng canh ớt đỏ
- 1/2 thìa cà phê ớt cayenne xay
- 1 quả chanh
- 6 lá nguyệt quế
- 1 nửa ức gà tây có da không xương, khoảng 3 1/2 pound
- Dầu ôliu siêu nguyên chất

HƯỚNG DẪN:

a) Cho muối, đường, tỏi, hạt tiêu, hạt tiêu và ớt cayenne vào nồi lớn với 4 cốc nước. Dùng dụng cụ gọt vỏ rau củ để loại bỏ vỏ chanh, sau đó cắt đôi quả chanh. Vắt nước vào nồi, sau đó thêm nửa quả chanh và vỏ vào. Đun sôi, sau đó giảm nhỏ lửa, thỉnh thoảng khuấy. Khi muối và đường đã tan hết thì tắt bếp và thêm 8 cốc nước lạnh. Để nước muối nguội đến nhiệt độ phòng. Nếu thịt gà tây mềm - dải thịt trắng dài ở mặt dưới ức - vẫn còn dính, hãy loại bỏ nó bằng cách kéo nó ra. Ngâm ức gà tây và thịt mềm vào nước muối rồi để trong tủ lạnh qua đêm hoặc tối đa 24 giờ.

b) Hai giờ trước khi nấu, lấy ức và thịt mềm ra khỏi nước muối nếu dùng và để ở nhiệt độ phòng.

c) Làm nóng lò ở nhiệt độ 425°F. Đặt một chảo gang lớn hoặc chảo chịu nhiệt khác lên bếp ở lửa lớn. Khi nó nóng, thêm một thìa dầu ô liu, sau đó đặt ức vào chảo, mặt da hướng xuống dưới. Giảm ngọn lửa xuống mức trung bình cao và làm chín phần ức trong 4 đến 5 phút, cho đến khi da bắt đầu có màu. Dùng kẹp để lật ức sao cho mặt da hướng lên trên, đặt phần thịt mềm vào chảo bên cạnh ức rồi cho chảo vào lò nướng, đẩy nó ra xa nhất có thể. Đây là điểm nóng nhất trong lò và luồng nhiệt ban đầu sẽ đảm bảo gà tây có màu nâu đẹp mắt.

d) Lấy thịt mềm ra khỏi chảo khi nhiệt kế đọc tức thời đọc được 150°F ở điểm dày nhất, khoảng 12 phút.

e) Lúc này, hãy kiểm tra nhiệt độ của vú ở một số điểm khác nhau để biết nó ở đâu. Tiếp tục nấu ức thêm 12 đến 18 phút nữa, cho đến khi đạt nhiệt độ 150°F ở điểm dày nhất. (Nhiệt độ bên trong sẽ bắt đầu tăng nhanh khi đạt tới 130°F, vì vậy đừng di chuyển quá xa lò và kiểm tra ức vài phút một lần.) Lấy ức ra khỏi lò và chảo, rồi để yên ở nhiệt độ 130°F. ít nhất 10 phút trước khi cắt lát.

Để phục vụ, hãy cắt theo thớ (theo chiều ngang) theo chiều dọc.

43.Thịt lợn kho ớt

THÀNH PHẦN:

- 4 pound thịt vai lợn không xương (đôi khi được gọi là thịt mông)
- Muối
- 1 đầu tỏi
- Dầu có vị trung tính
- 2 củ hành vàng vừa, thái lát
- 2 cốc cà chua nghiền trong nước ép, tươi hoặc đóng hộp
- 2 muỗng canh hạt thì là (hoặc 1 muỗng canh thì là)
- 2 lá nguyệt quế
- 8 quả ớt khô, chẳng hạn như Guajillo, New Mexico, Anaheim, hoặc neo, bỏ cuống, bỏ hạt và rửa sạch
- Tùy chọn: Để có vị khói, thêm 1 thìa ớt bột hun khói hoặc 2 quả ớt hun khói như chipotle Morita hoặc Pasilla de Oaxaca vào món om
- 2 đến 3 cốc bia lager hoặc bia pilsner
- 1/2 chén ngò cắt nhỏ để trang trí

HƯỚNG DẪN:

a) Một ngày trước khi bạn định nấu, hãy nêm thật nhiều muối vào thịt lợn. Che và làm lạnh.

b) Khi bạn đã sẵn sàng nấu, hãy làm nóng lò ở nhiệt độ 325°F. Loại bỏ hết rễ ở đầu tỏi, sau đó cắt đôi theo chiều ngang. (Đừng lo lắng về việc cho vỏ vào món kho - cuối cùng chúng sẽ bị căng ra. Nếu bạn không tin tôi, hãy bóc cả củ tỏi - tôi chỉ đang cố tiết kiệm cho bạn một ít thôi. thời gian và công sức.)

c) Đặt một lò nướng Hà Lan lớn, chịu nhiệt hoặc nồi tương tự trên lửa vừa cao. Khi nó ấm, thêm 1 muỗng canh dầu. Khi dầu sủi bọt thì cho thịt lợn vào nồi. Chiên vàng đều các mặt, khoảng 3 đến 4 phút mỗi mặt.

d) Khi thịt có màu nâu thì vớt ra và để sang một bên. Cẩn thận loại bỏ càng nhiều mỡ trong nồi càng tốt, sau đó cho vào bếp. Giảm nhiệt xuống mức trung bình và thêm 1 muỗng canh dầu trung tính. Thêm hành và tỏi vào nấu, thỉnh thoảng đảo đều cho đến khi hành mềm và có màu nâu nhạt, khoảng 15 phút.

e) Thêm cà chua và nước trái cây, thì là, lá nguyệt quế, ớt khô và ớt bột hoặc ớt hun khói, nếu dùng, vào nồi và khuấy đều. Xếp thịt lợn lên trên phần đế thơm và thêm đủ bia sao cho ngập các mặt miếng thịt 1 1/2 inch. Đảm bảo ớt và lá nguyệt quế ngập gần hết trong nước để không bị cháy.

f) Tăng lửa và đun sôi trên bếp, sau đó cho nồi không đậy nắp vào lò nướng. Sau 30 phút, kiểm tra để chắc chắn rằng chất lỏng vừa mới sôi. Khoảng 30 phút một lần, lật thịt lợn lại và kiểm tra mức chất lỏng. Thêm nhiều bia hơn nếu cần để duy trì chất lỏng ở độ sâu 1 1/2 inch. Nấu cho đến khi thịt mềm và tách ra khi chạm vào nĩa, từ 3 tiếng rưỡi đến 4 giờ.

g) Lấy thịt lợn đã nấu chín ra khỏi lò và cẩn thận lấy ra khỏi chảo. Bỏ lá nguyệt quế đi nhưng đừng lo lắng về việc vớt tỏi vì rây sẽ bắt được vỏ. Sử dụng máy xay thực phẩm, máy xay sinh tố hoặc máy chế biến thực phẩm, xay nhuyễn các chất thơm và lọc qua rây. Loại bỏ chất rắn.

h) Hớt bớt chất béo trong nước sốt rồi nếm thử, điều chỉnh lượng muối nếu cần.

i) Tại thời điểm này, bạn có thể cắt nhỏ thịt và kết hợp với nước sốt để làm bánh taco thịt lợn, hoặc cắt lát và rưới nước sốt lên thịt lợn để dùng làm món khai vị. Trang trí với ngò cắt nhỏ và dùng kèm với gia vị có tính axit như crema Mexico, Nước xốt thảo mộc kiểu Mexico hoặc một vắt chanh đơn giản.

j) Đậy nắp và để lạnh thức ăn thừa trong tối đa 5 ngày. Thịt om đóng băng đặc biệt tốt. Đơn giản chỉ cần ngâm trong chất lỏng nấu ăn, đậy nắp và đông lạnh trong tối đa 2 tháng. Để phục vụ, hãy đun sôi món om trên bếp với một chút nước.

44.Cô ấy bị ngã

THÀNH PHẦN:

- 1 nhúm nghệ tây lớn
- 1 củ hành vàng lớn, xay thô
- 1 1/2 pound thịt cừu xay (tốt nhất là thịt vai)
- 3 tép tỏi, giã nhuyễn hoặc giã nhuyễn với một chút muối
- 1 1/2 muỗng cà phê bột nghệ
- 6 thìa canh rau mùi tây, bạc hà và/hoặc ngò thái nhỏ với bất kỳ sự kết hợp nào
- Hạt tiêu vừa mới nghiền
- Muối

HƯỚNG DẪN:

a) Sử dụng nghệ tây để pha trà nghệ tây. Đẩy hành tây qua rây, ép càng nhiều chất lỏng càng tốt và loại bỏ chất lỏng.

b) Cho trà nghệ tây, hành tây, thịt cừu, tỏi, nghệ, rau thơm và một chút tiêu đen vào tô lớn. Thêm ba nhúm muối và dùng tay nhào hỗn hợp lại với nhau. Bàn tay của bạn ở đây là công cụ có giá trị; Nhiệt độ cơ thể của bạn sẽ làm tan mỡ một chút, giúp hỗn hợp dính lại với nhau và tạo ra ít vụn thịt nướng hơn. Nấu một phần nhỏ hỗn hợp trong chảo và nếm thử muối và các gia vị khác. Điều chỉnh nếu cần, và nếu cần, hãy nấu miếng thứ hai và nếm lại.

c) Sau khi hỗn hợp đã được gia vị theo sở thích của bạn, hãy làm ẩm tay và bắt đầu tạo thành những viên thịt thuôn dài, có ba mặt bằng cách cuộn nhẹ ngón tay quanh 2 thìa hỗn hợp. Đặt những quả ngư lôi nhỏ lên khay nướng có lót giấy da.

d) Để nấu, hãy nướng kebab trên than nóng cho đến khi chín vàng bên ngoài và vừa chín bên trong, khoảng 6 đến 8 phút. Xoay chúng thường xuyên khi chúng bắt đầu chuyển sang màu nâu để tạo cho chúng một lớp vỏ đều. Khi hoàn thành, miếng kebab phải chắc khi chạm vào nhưng hơi nhô ra ở giữa khi bóp. Nếu bạn không chắc liệu chúng đã chín chưa, hãy cắt một quả ra và kiểm tra xem—nếu có một đường kính bằng đồng xu màu hồng được bao quanh bởi một vòng màu nâu thì tức là đã xong!

e) Để nấu ăn trong nhà, đặt chảo gang ở nhiệt độ cao, thêm lượng dầu ô liu vừa đủ vào đáy chảo và nấu trong 6 đến 8 phút, chỉ lật mỗi mặt một lần.

f) Ăn ngay hoặc ở nhiệt độ phòng, với Cơm Ba Tư và Sữa chua thảo mộc Ba Tư, hoặc Xa lát cà rốt cạo với gừng, chanh và Charmoula.

NƯỚC SỐT

45.Nước xốt Màu xanh lá cơ bản

THÀNH PHẦN:
- 3 muỗng canh hẹ thái hạt lựu (khoảng 1 củ hẹ vừa)
- 3 muỗng canh giấm rượu vang đỏ
- 1/4 chén lá mùi tây thái nhỏ
- 1/4 chén dầu ô liu nguyên chất
- Muối

HƯỚNG DẪN:
a) Trong một bát nhỏ, trộn hành tím và giấm rồi để yên trong 15 phút cho hành chín.
b) Trong một bát nhỏ riêng biệt, kết hợp mùi tây, dầu ô liu và một chút muối.
c) Ngay trước khi dùng, hãy dùng thìa có rãnh để thêm hẹ tây (nhưng chưa phải giấm) vào dầu mùi tây. Khuấy, nếm và thêm giấm nếu cần. Nếm thử và điều chỉnh muối. Phục vụ ngay lập tức.
d) Đậy nắp và để lạnh thức ăn thừa trong tối đa 3 ngày.

46.Nước xốt Màu xanh lá chiên xô thơm

THÀNH PHẦN:
- Nước xốt Màu xanh lá cơ bản
- 24 lá xô thơm
- Khoảng 2 chén dầu có vị trung tính để chiên

HƯỚNG DẪN:
a) Thực hiện theo các hướng dẫn để chiên cây xô thơm.
b) Ngay trước khi phục vụ, hãy nghiền cây xô thơm vào nước xốt. Nếm và điều chỉnh nước xốt cho phù hợp với muối và axit.
c) Đậy nắp và để lạnh thức ăn thừa trong tối đa 3 ngày.

47.Nước xốt thảo dược cổ điển của Pháp

THÀNH PHẦN:
- 3 muỗng canh hẹ thái hạt lựu (khoảng 1 củ hẹ vừa)
- 3 muỗng canh giấm rượu trắng
- 2 muỗng canh lá mùi tây thái nhỏ
- 1 muỗng canh rau mùi thái nhỏ
- 1 muỗng canh hẹ thái nhỏ
- 1 muỗng canh húng quế thái nhỏ
- 1 thìa cà phê tarragon thái nhỏ
- 5 muỗng canh dầu ô liu nguyên chất
- Muối

HƯỚNG DẪN:
a) Trong một bát nhỏ, trộn hành tím và giấm rồi để yên trong 15 phút cho hành chín.
b) Trong một bát nhỏ riêng biệt, kết hợp rau mùi tây, rau ngò rí, hẹ, húng quế, ngải giấm, dầu ô liu và một chút muối.
c) Ngay trước khi ăn, hãy dùng thìa có rãnh để thêm hẹ tây (nhưng chưa phải giấm) vào dầu thảo mộc. Khuấy, nếm và thêm giấm nếu cần. Nếm thử và điều chỉnh muối.
d) Đậy nắp và để lạnh thức ăn thừa trong tối đa 3 ngày.

48.Nước xốt thảo mộc kiểu Mexico

THÀNH PHẦN:

- 3 muỗng canh hẹ thái hạt lựu (khoảng 1 củ hẹ vừa)
- 3 thìa nước cốt chanh
- 1/4 chén lá ngò thái nhỏ và thân mềm
- 1 muỗng canh ớt jalapeño băm
- 2 muỗng canh hành lá thái nhỏ (phần xanh và trắng)
- 1/4 chén dầu có vị trung tính
- Muối

HƯỚNG DẪN:

a) Trong một bát nhỏ, trộn hẹ tây và nước cốt chanh rồi để yên trong 15 phút cho hành chín.

b) Trong một bát nhỏ riêng biệt, kết hợp ngò, ớt jalapeño, hành lá, dầu và một chút muối.

c) Ngay trước khi ăn, dùng thìa có rãnh để thêm hẹ tây (nhưng chưa thêm nước cốt chanh) vào dầu thảo mộc. Khuấy, nếm và thêm nước cốt chanh nếu cần. Nếm thử và điều chỉnh muối.

d) Đậy nắp và để lạnh thức ăn thừa trong tối đa 3 ngày.

49.Nước xốt thảo dược Đông Nam Á

THÀNH PHẦN:

- 3 muỗng canh hẹ thái hạt lựu (khoảng 1 củ hẹ vừa)
- 3 thìa nước cốt chanh
- 1/4 chén lá ngò thái nhỏ và thân mềm
- 1 muỗng canh ớt jalapeño băm
- 2 muỗng canh hành lá thái nhỏ (phần xanh và trắng)
- 2 thìa cà phê gừng nghiền mịn
- 5 muỗng canh dầu có vị trung tính
- Muối

HƯỚNG DẪN:

a) Trong một bát nhỏ, trộn hẹ tây và nước cốt chanh rồi để yên trong 15 phút cho hành chín.

b) Trong một bát nhỏ riêng biệt, trộn ngò, ớt jalapeño, hành lá, gừng, dầu và một chút muối.

c) Ngay trước khi ăn, dùng thìa có rãnh để thêm hẹ tây (nhưng chưa thêm nước cốt chanh) vào dầu thảo mộc. Khuấy, nếm và thêm nước cốt chanh nếu cần. Nếm thử và điều chỉnh muối.

d) Đậy nắp và để lạnh thức ăn thừa trong tối đa 3 ngày.

50.Nước xốt thảo dược kiểu Nhật

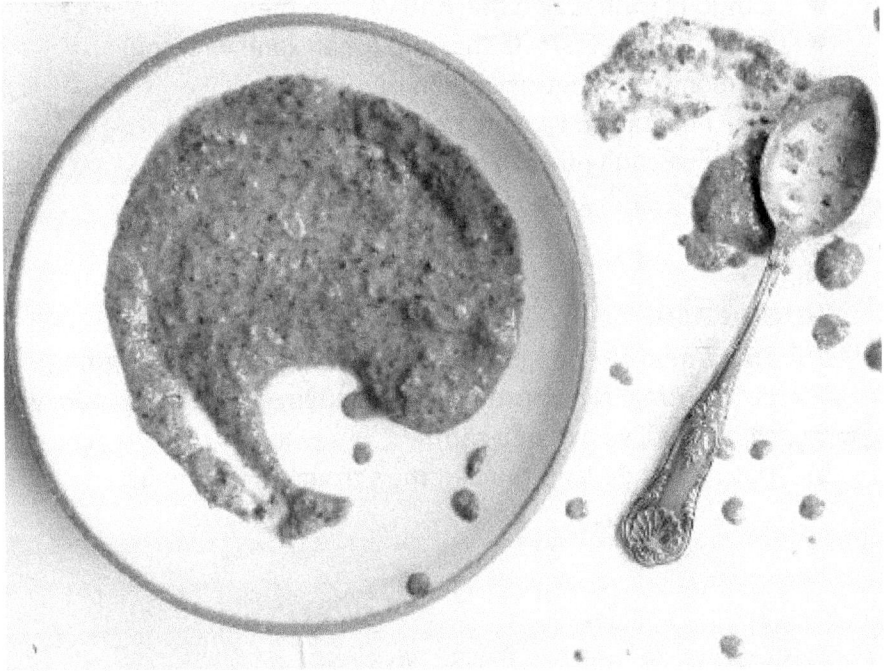

THÀNH PHẦN:

- 2 muỗng canh lá mùi tây thái nhỏ
- 2 muỗng canh lá ngò thái nhỏ và thân mềm
- 2 muỗng canh hành lá thái nhỏ (phần xanh và trắng)
- 1 muỗng cà phê gừng nghiền mịn
- 1/4 chén dầu có vị trung tính
- 1 muỗng canh nước tương
- 3 muỗng canh giấm rượu gạo
- Muối

HƯỚNG DẪN:

a) Trong một bát nhỏ, trộn rau mùi tây, ngò, hành lá, gừng, dầu và nước tương. Ngay trước khi dùng, thêm giấm. Khuấy, nếm và điều chỉnh muối và axit nếu cần.

b) Đậy nắp và để lạnh thức ăn thừa trong tối đa 3 ngày.

51.Nước xốt chanh Meyer

THÀNH PHẦN:

- 1 quả chanh Meyer nhỏ
- 3 muỗng canh hẹ thái hạt lựu (khoảng 1 củ hẹ vừa)
- 3 muỗng canh giấm rượu trắng
- 1/4 chén lá mùi tây thái nhỏ
- 1/4 chén dầu ô liu nguyên chất
- Muối

HƯỚNG DẪN:

a) Cắt đôi quả chanh theo chiều dọc, sau đó loại bỏ lớp màng ở giữa và hạt. Cắt nhỏ quả chanh đã làm sạch, bao gồm cả phần lõi và vỏ. Trong một bát nhỏ, trộn các miếng chanh và bất kỳ loại nước trái cây nào bạn có thể tiết kiệm được cùng với hẹ tây và giấm. Để yên trong 15 phút cho chín.

b) Trong một bát nhỏ riêng biệt, trộn rau mùi tây, dầu ô liu và một chút muối.

c) Để phục vụ, hãy dùng thìa có rãnh để thêm hỗn hợp chanh Meyer và hẹ tây (nhưng chưa phải giấm) vào dầu thảo mộc. Hương vị và điều chỉnh muối và axit khi cần thiết.

d) Để trong tủ lạnh, đậy kín, tối đa 3 ngày.

52.Charmoula Bắc Phi

THÀNH PHẦN:
- 1/2 muỗng cà phê hạt thì là
- 1/2 chén dầu ô liu nguyên chất
- 1 chén lá ngò thái nhỏ và thân mềm
- 1 tép tỏi
- Gừng 1 inch, gọt vỏ và thái lát
- 1/2 hạt tiêu jalapeño nhỏ, có cuống
- 4 thìa nước cốt chanh
- Muối

HƯỚNG DẪN:

a) Đặt hạt thì là vào chảo nhỏ, khô và đặt trên lửa vừa. Xoay chảo liên tục để đảm bảo nướng đều. Nướng cho đến khi vài hạt đầu tiên bắt đầu nổ và tỏa ra mùi thơm thơm, khoảng 3 phút. Hủy bỏ khỏi nhiệt. Đổ ngay hạt vào cối xay hoặc cối xay gia vị. Xay nhuyễn với một chút muối.

b) Cho dầu, thì là nướng, ngò, tỏi, gừng, ớt jalapeño, nước cốt chanh và 2 nhúm muối vào máy xay sinh tố hoặc máy chế biến thực phẩm. Trộn cho đến khi không còn khối hoặc toàn bộ lá. Hương vị và điều chỉnh muối và axit. Thêm nước khi cần thiết để pha loãng đến độ đặc mong muốn. Che và làm lạnh cho đến khi phục vụ.

c) Đậy nắp và để lạnh thức ăn thừa trong tối đa 3 ngày.

53.Tương ớt dừa-ngò Ấn Độ

THÀNH PHẦN:
- 1 thìa cà phê hạt thì là
- 2 thìa nước cốt chanh
- 1/2 chén dừa nạo tươi hoặc đông lạnh
- 1 đến 2 tép tỏi
- 1 chén lá ngò và thân mềm (khoảng 1 bó)
- 12 lá bạc hà tươi
- 1/2 hạt tiêu jalapeño, có cuống
- 3/4 thìa cà phê đường
- Muối

HƯỚNG DẪN:

a) Đặt hạt thì là vào chảo nhỏ, khô và đặt trên lửa vừa. Xoay chảo liên tục để đảm bảo nướng đều. Nướng cho đến khi vài hạt đầu tiên bắt đầu nổ và tỏa ra mùi thơm thơm, khoảng 3 phút. Hủy bỏ khỏi nhiệt. Đổ ngay hạt vào cối xay hoặc cối xay gia vị. Xay nhuyễn với một chút muối.

b) Trộn nước cốt chanh, dừa và tỏi với nhau trong máy xay sinh tố hoặc máy chế biến thực phẩm trong 2 phút cho đến khi không còn khối lớn. Thêm thì là nướng, ngò, lá bạc hà, ớt jalapeño, đường và một chút muối và tiếp tục trộn thêm 2 đến 3 phút nữa, cho đến khi không còn khối hoặc toàn bộ lá. Hương vị và điều chỉnh muối và axit. Thêm nước nếu cần để pha loãng đến độ sệt có thể mưa phùn. Che và làm lạnh cho đến khi phục vụ.

c) Đậy nắp và để lạnh thức ăn thừa trong tối đa 3 ngày.

54.Salmoriglio Sốt Rau kinh giới Sicilia

THÀNH PHẦN:
- 1/4 chén mùi tây thái nhỏ
- 2 muỗng canh lá rau kinh giới tươi hoặc kinh giới cắt nhỏ hoặc 1 muỗng canh lá rau kinh giới khô
- 1 tép tỏi, giã nhuyễn hoặc giã nhuyễn với một chút muối
- 1/4 chén dầu ô liu nguyên chất
- 2 thìa nước cốt chanh
- Muối

HƯỚNG DẪN:
a) Kết hợp rau mùi tây, lá rau kinh giới, tỏi và dầu ô liu vào một cái bát nhỏ với một chút muối. Ngay trước khi ăn, thêm nước cốt chanh.
b) Khuấy, nếm và điều chỉnh lượng muối và axit. Phục vụ ngay lập tức.
c) Để trong tủ lạnh, đậy kín, tối đa 3 ngày.

55.Sữa Chua Thảo Mộc

THÀNH PHẦN:

- 1 1/2 cốc sữa chua nguyên chất
- 1 tép tỏi, giã nhuyễn hoặc giã nhuyễn với một chút muối
- 2 muỗng canh rau mùi tây thái nhỏ
- 2 muỗng canh lá ngò thái nhỏ và thân mềm
- 8 lá bạc hà, thái nhỏ
- 2 muỗng canh dầu ô liu nguyên chất
- Muối

HƯỚNG DẪN:

a) Trong một bát vừa, kết hợp sữa chua, tỏi, rau mùi tây, ngò, lá bạc hà và dầu ô liu với một chút muối.

b) Khuấy, nếm và điều chỉnh gia vị bằng muối nếu cần. Che và thư giãn cho đến khi phục vụ.

c) Đậy nắp và để lạnh thức ăn thừa trong tối đa 3 ngày.

56.Sữa chua thảo dược Ba Tư và dưa chuột

THÀNH PHẦN:
- 1/4 cốc nho khô đen hoặc vàng
- 1 1/2 cốc sữa chua nguyên chất
- 1 quả dưa chuột Ba Tư, gọt vỏ và thái hạt lựu
- 1/4 chén bất kỳ sự kết hợp nào của lá bạc hà tươi thái nhỏ, thì là, rau mùi tây và ngò
- 1 tép tỏi, giã nhuyễn hoặc giã nhuyễn với một chút muối
- 1/4 chén quả óc chó nướng, thái nhỏ
- 2 muỗng canh dầu ô liu nguyên chất
- Một nhúm muối hào phóng
- Tùy chọn: Cánh hoa hồng khô để trang trí

HƯỚNG DẪN:
a) Trong một cái bát nhỏ, ngâm nho khô vào nước sôi. Hãy để chúng ngồi trong 15 phút để bù nước và căng mọng. Xả và đặt vào một bát vừa.
b) Thêm sữa chua, dưa chuột, rau thơm, tỏi, quả óc chó, dầu ô liu và muối. Khuấy để kết hợp, nếm và điều chỉnh muối khi cần thiết.
c) Thư giãn cho đến khi phục vụ. Nếu muốn, trang trí với cánh hoa hồng vụn trước khi dùng.
d) Đậy nắp và để lạnh thức ăn thừa trong tối đa 3 ngày.

57.Sữa chua rau bina Ba Tư Borani Esfenaj

THÀNH PHẦN:

- 4 muỗng canh dầu ô liu nguyên chất
- 2 bó rau bina, cắt tỉa và rửa sạch, hoặc 1 1/2 pound rau bina non, rửa sạch
- 1/4 chén lá ngò thái nhỏ và thân mềm
- 1 đến 2 tép tỏi, xay nhuyễn hoặc giã nhuyễn với một chút muối
- 1 1/2 cốc sữa chua nguyên chất
- Muối
- 1/2 muỗng cà phê nước cốt chanh

HƯỚNG DẪN:

a) Đun nóng chảo lớn trên lửa cao, cho 2 thìa dầu ô liu vào, khi sôi thì cho rau bina vào xào cho đến khi chín, khoảng 2 phút. Tùy thuộc vào kích thước của chảo, bạn có thể phải làm thành hai mẻ. Ngay lập tức lấy rau bina đã nấu chín ra khỏi chảo và đặt thành một lớp duy nhất trên khay nướng có lót giấy da. Điều này giúp rau bina không bị chín quá và bị đổi màu.

b) Khi rau muống nguội có thể cầm được, bạn dùng tay vắt hết nước rồi thái nhỏ.

c) Trong một bát vừa, kết hợp rau bina, ngò, tỏi, sữa chua và 2 muỗng canh dầu ô liu còn lại. Nêm muối và nước cốt chanh. Khuấy, nếm và điều chỉnh muối và axit nếu cần. Thư giãn cho đến khi phục vụ.

d) Đậy nắp và để lạnh thức ăn thừa trong tối đa 3 ngày.

58.Sữa chua củ cải Ba Tư Mast-o-Laboo

THÀNH PHẦN:
- 3 đến 4 củ cải đỏ hoặc vàng vừa, cắt nhỏ
- 1 1/2 cốc sữa chua nguyên chất
- 2 thìa bạc hà tươi thái nhỏ
- Tùy chọn: 1 muỗng cà phê tarragon tươi thái nhỏ
- 2 muỗng canh dầu ô liu nguyên chất
- Muối
- 1 đến 2 muỗng cà phê giấm rượu vang đỏ
- Tùy chọn: Hạt Nigella (thì là đen) để trang trí

HƯỚNG DẪN:
a) Nướng và gọt vỏ củ cải. Để nguội.
b) Nghiền thô củ cải và trộn vào sữa chua. Thêm bạc hà, ngải giấm, nếu dùng, dầu ô liu, muối và 1 thìa cà phê giấm rượu vang đỏ. Khuấy và nếm thử. Điều chỉnh muối và axit khi cần thiết. Thư giãn cho đến khi phục vụ. Nếu muốn, hãy trang trí bằng hạt nigella trước khi dùng.
c) Đậy nắp và để lạnh thức ăn thừa trong tối đa 3 ngày.

59.Xốt mai-o-ne cơ bản

THÀNH PHẦN:
- 1 lòng đỏ trứng ở nhiệt độ phòng
- 3/4 cốc dầu

HƯỚNG DẪN:

a) Đặt lòng đỏ trứng vào một cái bát bằng kim loại hoặc gốm có độ sâu vừa phải. Làm ẩm một chiếc khăn trà và cuộn nó thành một khúc gỗ dài, sau đó tạo thành một chiếc vòng trên quầy bếp. Đặt tô vào trong vòng – thao tác này sẽ giữ tô cố định trong khi bạn đánh trứng. (Và nếu không thể đánh bằng tay, bạn có thể sử dụng máy xay sinh tố, máy trộn đứng hoặc máy xay thực phẩm.)

b) Dùng muôi hoặc chai có vòi để nhỏ từng giọt dầu vào, đồng thời đánh dầu vào lòng đỏ. Đi. Thật sự. Chậm. Và không ngừng đánh. Khi đã thêm khoảng một nửa lượng dầu, bạn có thể bắt đầu thêm một ít dầu cùng một lúc. Nếu sốt xốt mai-o-ne đặc đến mức không thể đánh nổi, hãy thêm một thìa cà phê nước — hoặc bất kỳ loại axit nào bạn định thêm sau này — để giúp làm loãng sốt.

c) Đậy nắp và để lạnh thức ăn thừa trong tối đa 3 ngày.

60.Sandwich Mayo cổ điển

THÀNH PHẦN:

- 1 1/2 muỗng cà phê giấm táo
- 1 thìa nước cốt chanh
- 3/4 muỗng cà phê bột mù tạt vàng
- 1/2 thìa cà phê đường
- Muối
- 3/4 cốc Xốt mai-o-ne cơ bản cứng

HƯỚNG DẪN:

a) Trong một bát nhỏ, trộn giấm và nước cốt chanh rồi khuấy đều để hòa tan bột mù tạt, đường và một chút muối. Khuấy hỗn hợp vào sốt xốt mai-o-ne.

b) Hương vị và điều chỉnh muối và axit khi cần thiết. Che và thư giãn cho đến khi phục vụ.

c) Đậy nắp và để lạnh thức ăn thừa trong tối đa 3 ngày.

61.Sốt Xốt mai-o-ne Tỏi Aïoli

THÀNH PHẦN:
- Muối
- 4 thìa nước cốt chanh
- 3/4 cốc Xốt mai-o-ne cơ bản cứng
- 1 tép tỏi, giã nhuyễn hoặc giã nhuyễn với một chút muối

HƯỚNG DẪN:
a) Hòa tan một chút muối vào nước chanh. Khuấy sốt xốt mai-o-ne và thêm tỏi.

b) Hương vị và điều chỉnh muối và axit khi cần thiết. Che và thư giãn cho đến khi phục vụ.

c) Đậy nắp và để lạnh thức ăn thừa trong tối đa 3 ngày.

62.Thảo dược xốt mai-o-ne

THÀNH PHẦN:

- Muối
- 3/4 cốc Xốt mai-o-ne cơ bản cứng
- 1 thìa nước cốt chanh
- 4 muỗng canh bất kỳ sự kết hợp nào của rau mùi tây, hẹ, ngò, húng quế và tarragon thái nhỏ
- 1 tép tỏi, giã nhuyễn hoặc giã nhuyễn với một chút muối

HƯỚNG DẪN:

a) Hòa tan một chút muối vào nước chanh. Khuấy sốt xốt mai-o-ne, thêm rau thơm và tỏi. Hương vị và điều chỉnh muối và axit khi cần thiết. Che và thư giãn cho đến khi phục vụ.

b) Đậy nắp và để lạnh thức ăn thừa trong tối đa 3 ngày.

63.Sốt Xốt mai-o-ne Tiêu Rouille

THÀNH PHẦN:

- Muối
- 3 đến 4 muỗng cà phê giấm rượu vang đỏ
- 3/4 cốc Xốt mai-o-ne cơ bản cứng
- 1/3 chén bột tiêu cơ bản
- 1 tép tỏi, giã nhuyễn hoặc giã nhuyễn với một chút muối

HƯỚNG DẪN:

a) Hòa tan một chút muối vào giấm.

b) Khuấy sốt xốt mai-o-ne cùng với tương ớt và tỏi.

c) Lúc đầu, tương ớt và giấm có vẻ làm loãng sốt xốt mai-o-ne nhưng nước sốt sẽ đặc lại sau vài giờ để trong tủ lạnh.

d) Che và thư giãn cho đến khi phục vụ.

64.Sốt tartar

THÀNH PHẦN:

- 2 thìa cà phê hẹ thái hạt lựu
- 1 thìa nước cốt chanh
- 1/2 chén Xốt mai-o-ne cơ bản cứng
- 3 muỗng canh ngô cắt nhỏ
- 1 muỗng canh bạch hoa muối, ngâm, rửa sạch và cắt nhỏ
- 2 thìa cà phê rau mùi tây thái nhỏ
- 2 thìa cà phê rau mùi thái nhỏ
- 1 thìa cà phê hẹ thái nhỏ
- 1 thìa cà phê tarragon thái nhỏ
- 1 quả trứng mười phút, cắt nhỏ hoặc xay nhuyễn
- 1/2 thìa cà phê giấm rượu trắng
- Muối

HƯỚNG DẪN:

a) Trong một bát nhỏ, ngâm hẹ tây trong nước cốt chanh ít nhất 15 phút để hành chín.

b) Trong một bát vừa, kết hợp sốt xốt mai-o-ne, cornichons, nụ bạch hoa, mùi tây, rau ngò, hẹ, tarragon, trứng và giấm. Mùa muối. Thêm hẹ thái hạt lựu, nhưng không thêm nước cốt chanh. Khuấy đều rồi nếm thử. Thêm nước cốt chanh nếu cần, sau đó nếm và điều chỉnh lượng muối và axit. Che và thư giãn cho đến khi phục vụ.

c) Đậy nắp và để lạnh thức ăn thừa trong tối đa 3 ngày.

d) Ăn kèm với cá hoặc tôm tẩm bia, Fritto Misto.

e) Sốt tiêu

f) Nước sốt tiêu tạo nên các loại gia vị, nước chấm và phết bánh sandwich tuyệt vời. Nhiều, nhưng không phải tất cả, các món ăn trên thế giới đều có các loại gia vị bắt đầu bằng sốt tiêu. Và chúng không phải lúc nào cũng cay đến mức không thể chịu nổi. Khuấy hạt tiêu vào nồi đậu, cơm, súp hoặc món hầm để tăng hương vị. Xoa nó lên thịt trước khi rang hoặc nướng, hoặc thêm một ít vào món om.

g) Thêm một ít tương ớt vào sốt xốt mai-o-ne và bạn đã có món Rouille kiểu Pháp, món ăn hoàn hảo cho món bánh sandwich làm từ cá ngừ Thú nhận. Phục vụ Harissa, sốt tiêu Bắc Phi, cùng với Cô ấy bị ngãs, cá nướng, thịt hoặc rau và trứng luộc. Romesco đậm đặc, sốt tiêu Catalan và hạt, tạo nên món chấm tuyệt vời cho rau và bánh quy giòn.

h) Pha loãng với một ít nước để tạo thành một loại gia vị lý tưởng cho các món rau, cá và thịt nướng hoặc nướng. Phục vụ Muhammara, một loại quả óc chó và hạt tiêu tẩm lựu từ Lebanon, với bánh mì dẹt ấm và rau sống.

65.Bột tiêu cơ bản

THÀNH PHẦN:

- 3 ounce (khoảng 10 đến 15 miếng) ớt khô, chẳng hạn như Guajillo, New Mexico, Anaheim hoặc neo
- 4 cốc nước sôi
- 3/4 chén dầu ô liu nguyên chất
- Muối

HƯỚNG DẪN:

a) Nếu bạn có làn da rất nhạy cảm, hãy đeo găng tay cao su để bảo vệ ngón tay. Cắt cuống và bỏ hạt ớt bằng cách cắt bỏ cuống rồi xé từng quả ớt theo chiều dọc. Lắc hạt và loại bỏ. Rửa sạch ớt, sau đó đổ nước sôi vào một chiếc bát cách nhiệt rồi đặt một chiếc đĩa lên trên ớt để ngập chúng. Để yên trong 30 đến 60 phút để bù nước, sau đó để ráo nước, chừa lại 1/4 cốc nước.

b) Cho ớt, dầu và muối vào máy xay hoặc máy chế biến thực phẩm và xay ít nhất 3 phút cho đến khi mịn hoàn toàn. Nếu hỗn hợp quá đặc để máy xay có thể xử lý được, hãy thêm lượng nước vừa đủ để làm loãng hỗn hợp. Hương vị và điều chỉnh gia vị khi cần thiết. Nếu hỗn hợp của bạn vẫn chưa hoàn toàn mịn sau 5 phút trộn, hãy lọc qua rây lưới mịn bằng thìa cao su để loại bỏ vỏ hạt tiêu còn sót lại.

c) Phủ dầu, bọc chặt và để trong tủ lạnh tối đa 10 ngày. Đóng băng lên đến 3 tháng.

66.Nước sốt tiêu Bắc Phi Harissa

THÀNH PHẦN:
- 1 thìa cà phê hạt thì là
- 1/2 muỗng cà phê hạt rau mùi
- 1/2 muỗng cà phê hạt caraway
- 1 chén tương ớt cơ bản
- 1/4 cốc cà chua phơi nắng, thái nhỏ
- 1 tép tỏi
- Muối

HƯỚNG DẪN:

a) Đặt hạt thì là, rau mùi và hạt caraway vào chảo nhỏ, khô và đặt trên lửa vừa. Xoay chảo liên tục để đảm bảo nướng đều. Nướng cho đến khi vài hạt đầu tiên bắt đầu nổ và tỏa ra mùi thơm thơm, khoảng 3 phút. Hủy bỏ khỏi nhiệt. Đổ ngay hạt vào cối xay hoặc cối xay gia vị. Xay nhuyễn với một chút muối.

b) Trộn bột tiêu, cà chua và tỏi với nhau trong máy xay thực phẩm hoặc máy xay cho đến khi mịn. Thêm thì là nướng, rau mùi và caraway. Mùa muối. Hương vị và điều chỉnh khi cần thiết.

c) Đậy nắp và để lạnh thức ăn thừa trong tối đa 5 ngày.

67.Hạt tiêu Muhammara và quả óc chó

THÀNH PHẦN:
- 1 thìa cà phê thì là
- 1 1/2 chén quả óc chó
- 1 chén tương ớt cơ bản
- 1 tép tỏi
- 1 chén bánh vụn nướng
- 2 muỗng canh cộng với 1 muỗng cà phê mật lựu
- 2 muỗng canh cộng với 1 muỗng cà phê nước cốt chanh
- Muối

HƯỚNG DẪN:
a) Làm nóng lò ở nhiệt độ 350°F.

b) Đặt hạt thì là vào chảo nhỏ, khô và đặt trên lửa vừa. Xoay chảo liên tục để đảm bảo nướng đều. Nướng cho đến khi vài hạt đầu tiên bắt đầu nổ và tỏa ra mùi thơm thơm, khoảng 3 phút. Hủy bỏ khỏi nhiệt. Đổ ngay hạt vào cối xay hoặc cối xay gia vị. Xay nhuyễn với một chút muối.

c) Trải quả óc chó thành một lớp trên khay nướng và cho vào lò nướng. Đặt hẹn giờ trong 4 phút và kiểm tra các đai ốc khi chúng tắt, khuấy chúng xung quanh để đảm bảo chúng chín vàng đều. Tiếp tục nướng thêm 2 đến 4 phút nữa, cho đến khi chúng có màu nâu nhạt ở bên ngoài và thơm ngon khi cắn vào. Lấy ra khỏi lò và khay nướng và để nguội.

d) Cho tương ớt, quả óc chó đã nguội và tỏi vào máy xay thực phẩm và xay cho đến khi mịn.

e) Thêm mật lựu, nước cốt chanh, thì là và xay cho đến khi kết hợp. Nếm thử và điều chỉnh độ muối và axit.

f) Đậy nắp và để lạnh thức ăn thừa trong tối đa 5 ngày.

68.Húng quế sốt lá húng

THÀNH PHẦN:

- 3/4 chén dầu ô liu nguyên chất
- 2 cốc đóng gói (khoảng 2 bó lớn) lá húng quế tươi
- 1 đến 2 tép tỏi, xay nhuyễn hoặc giã nhuyễn với một chút muối
- 1/2 chén hạt thông, nướng nhẹ và giã nhỏ
- 3 1/2 ounce Parmesan, nghiền mịn, cộng thêm để phục vụ (khoảng 1 cốc đầy)
- Muối

HƯỚNG DẪN:

a) Chìa khóa để trộn húng quế trong máy là tránh xay quá kỹ, vì nhiệt mà động cơ tạo ra, cùng với quá trình oxy hóa có thể xảy ra do cắt quá kỹ, sẽ khiến húng quế chuyển sang màu nâu.

b) Vì vậy, hãy bắt đầu từ đây và dùng dao xuyên qua húng quế trước.

c) Đồng thời đổ một nửa lượng dầu ô liu vào đáy máy xay hoặc tô chế biến để giúp húng quế phân hủy thành chất lỏng càng nhanh càng tốt. Sau đó đập, dừng lại để ấn lá xuống bằng thìa cao su vài lần một phút, cho đến khi dầu húng quế trở thành một xoáy nước có mùi thơm, màu xanh ngọc lục bảo.

d) Để tránh húng quế bị trộn quá nhiều, hãy hoàn thành món pesto trong một cái bát. Đổ dầu húng quế vào tô vừa và thêm một ít tỏi, hạt thông và Parmesan. Khuấy đều rồi nếm thử. Có cần thêm tỏi không? Thêm muối? Thêm phô mai? Có dày quá không? Nếu vậy, hãy thêm một chút dầu hoặc dự định thêm một ít nước mì ống. Hãy mày mò và nếm lại, hãy nhớ rằng khi pesto để yên một lúc, các hương vị sẽ hòa quyện với nhau, tỏi sẽ trở nên rõ rệt hơn và muối sẽ tan.

e) Để yên trong vài phút, sau đó nếm thử và điều chỉnh lại. Thêm đủ dầu ô liu để phủ nước sốt để tránh quá trình oxy hóa.

f) Để trong tủ lạnh, đậy nắp tối đa 3 ngày hoặc đông lạnh tối đa 3 tháng.

69.Kẹo trái cây tương ớt

THÀNH PHẦN:

- 2 chén hỗn hợp kẹo trái cây, xắt nhỏ
- 1 cốc mơ khô, xắt nhỏ
- 1/2 cốc nho khô
- 1 cốc đường nâu
- 1 cốc giấm táo
- 1 thìa cà phê gừng xay
- 1/2 muỗng cà phê quế xay
- Một nhúm ớt cayenne (tùy chọn)

HƯỚNG DẪN:

a) Trong một cái chảo, kết hợp tất cả các thành phần và đun sôi.

b) Giảm nhiệt và đun nhỏ lửa trong 30-40 phút hoặc cho đến khi tương ớt đặc lại.

c) Để nguội trước khi dùng.

d) Tương ớt này kết hợp tốt với thịt nướng, pho mát hoặc phết lên bánh mì sandwich.

70.Tương ớt đu đủ chua ngọt

THÀNH PHẦN:

- 1 quả đu đủ (tươi, chín hoặc đóng lọ)
- 1 củ hành đỏ nhỏ; thái thật mỏng
- 1 quả cà chua vừa phải- (đến 2); bỏ hạt, thái hạt lựu nhỏ
- ½ chén hành lá cắt khúc
- 1 quả dứa nhỏ; cắt thành từng miếng
- 1 thìa mật ong
- Muối; nếm thử
- Tiêu đen mới xay; nếm thử
- ½Jalapeno tươi;thái hạt lựu

HƯỚNG DẪN:

Trộn trong máy trộn

71.Tương ớt mộc qua gia vị bạch đậu khấu

THÀNH PHẦN:

- 2 quả mộc qua, gọt vỏ, bỏ lõi và thái hạt lựu
- 1 củ hành tây, thái nhỏ
- 1/2 chén đường nâu
- 1/4 chén giấm táo
- 1 thìa cà phê thảo quả xay
- 1/2 muỗng cà phê quế xay
- 1/4 thìa cà phê đinh hương xay
- Chút muối

HƯỚNG DẪN:

a) Trong một cái chảo, kết hợp mộc qua thái hạt lựu, hành tây cắt nhỏ, đường nâu, giấm táo, thảo quả xay, quế xay, đinh hương xay và một chút muối.

b) Đun sôi hỗn hợp, sau đó giảm nhiệt và nấu trong khoảng 30-40 phút hoặc cho đến khi mộc qua mềm và tương ớt đặc lại.

c) Điều chỉnh độ ngọt và gia vị cho vừa khẩu vị.

d) Để tương ớt mộc qua nguội trước khi dùng. Nó kết hợp tốt với pho mát, thịt nướng hoặc làm gia vị cho bánh mì sandwich.

TRANG PHỤC

72.Sốt rượu vang đỏ

THÀNH PHẦN:

- 1 muỗng canh hẹ thái hạt lựu
- 2 muỗng canh giấm rượu vang đỏ
- 6 muỗng canh dầu ô liu nguyên chất
- Muối
- Hạt tiêu vừa mới nghiền

HƯỚNG DẪN:

a) Trong một cái bát hoặc lọ nhỏ, để hẹ tây ngâm trong giấm trong 15 phút cho chín, sau đó thêm dầu ô liu, một chút muối và một chút hạt tiêu. Khuấy hoặc lắc để kết hợp, sau đó nếm với một lá rau diếp và điều chỉnh muối và axit nếu cần. Đậy nắp và để lạnh thức ăn thừa trong tối đa 3 ngày.

b) Lý tưởng cho các loại rau diếp trong vườn, rau arugula, rau diếp xoăn, rau diếp xoăn của Bỉ, Little Gem và rau diếp romaine, củ cải đường, cà chua, các loại rau chần, nướng hoặc nướng bất kỳ loại nào và cho món Bắp cải tươi, Fattoush, Xa lát ngũ cốc hoặc đậu, Xa lát Hy Lạp, Mùa xuân Salat bánh mì kiểu ý.

73.Sốt giấm dầu thơm

THÀNH PHẦN:

- 1 muỗng canh hẹ thái hạt lựu
- 1 muỗng canh giấm dầu thơm lâu năm
- 1 muỗng canh giấm rượu vang đỏ
- 4 muỗng canh dầu ô liu nguyên chất
- Muối
- Hạt tiêu vừa mới nghiền

HƯỚNG DẪN:

a) Trong một cái bát hoặc lọ nhỏ, để hẹ tây ngâm trong giấm trong 15 phút cho chín, sau đó thêm dầu ô liu, một chút muối và một chút hạt tiêu. Khuấy hoặc lắc để kết hợp, sau đó nếm với một lá rau diếp và điều chỉnh muối và axit nếu cần. Đậy nắp và để lạnh thức ăn thừa trong tối đa 3 ngày.

b) Lý tưởng cho món rau arugula, rau diếp làm vườn, rau diếp xoăn của Bỉ, rau diếp xoăn, rau romaine và rau diếp Little Gem, các loại rau chần, nướng hoặc rang bất kỳ loại nào và cho Xa lát ngũ cốc hoặc đậu, Panzanella mùa đông.

74.Sốt chanh

THÀNH PHẦN:
- 1/2 thìa cà phê vỏ chanh bào mịn (khoảng 1/2 quả chanh)
- 2 thìa nước cốt chanh mới vắt
- 1 1/2 muỗng cà phê giấm rượu vang trắng
- 5 muỗng canh dầu ô liu nguyên chất
- 1 tép tỏi
- Muối
- Hạt tiêu vừa mới nghiền

HƯỚNG DẪN:

a) Đổ vỏ chanh, nước ép, giấm và dầu ô liu vào một cái bát hoặc lọ nhỏ. Dùng lòng bàn tay đập tép tỏi vào quầy bếp và thêm vào dầu giấm. Nêm một chút muối và một chút hạt tiêu. Khuấy hoặc lắc để kết hợp, sau đó nếm với một lá rau diếp và điều chỉnh muối và axit nếu cần. Để yên ít nhất 10 phút và loại bỏ tép tỏi trước khi sử dụng.

b) Đậy nắp và để lạnh thức ăn thừa trong tối đa 2 ngày.

c) Lý tưởng cho món xa lát thảo mộc, rau arugula, rau diếp vườn, romaine và rau diếp Little Gem, dưa chuột, rau luộc và cho Xa lát bơ, Xa lát thì là cạo râu và Xa lát củ cải, Cá hồi nướng chậm.

75.Sốt chanh

THÀNH PHẦN:

- 2 muỗng canh nước cốt chanh mới vắt (từ khoảng 2 quả chanh nhỏ)
- 5 muỗng canh dầu ô liu nguyên chất
- 1 tép tỏi
- Muối

HƯỚNG DẪN:

a) Đổ nước cốt chanh và dầu ô liu vào một cái bát hoặc lọ nhỏ. Đập dập tép tỏi và thêm vào dầu giấm cùng với một chút muối. Khuấy hoặc lắc để kết hợp, sau đó nếm với một lá rau diếp và điều chỉnh muối và axit nếu cần. Để yên ít nhất 10 phút và loại bỏ tỏi trước khi sử dụng.

b) Đậy nắp và để lạnh thức ăn thừa trong tối đa 3 ngày.

c) Lý tưởng cho các loại rau diếp trong vườn, xà lách Little Gem và romaine, dưa chuột thái lát và cho Xa lát bơ, Xa lát cà rốt cạo râu, Xa lát Shirazi, Cá hồi nướng chậm.

76.Sốt cà chua

THÀNH PHẦN:
- 2 muỗng canh hẹ thái hạt lựu
- 2 muỗng canh giấm rượu vang đỏ
- 1 muỗng canh giấm dầu thơm lâu năm
- 1 hoặc hai quả cà chua chín rất nhỏ (khoảng 8 ounce)
- 4 lá húng quế, xé thành miếng lớn
- 1/4 chén dầu ô liu nguyên chất
- 1 tép tỏi
- Muối

HƯỚNG DẪN:

a) Trong một cái bát hoặc lọ nhỏ, để củ hẹ ngâm trong giấm trong 15 phút để chín.

b) Cắt đôi quả cà chua theo chiều ngang. Gọt lỗ lớn nhất của dụng cụ bào và loại bỏ vỏ. Bạn nên để lại 1/2 cốc cà chua nghiền. Thêm nó vào hẹ. Thêm lá húng quế, dầu ô liu và một chút muối. Dùng lòng bàn tay đập tỏi vào quầy và thêm vào nước sốt. Lắc hoặc khuấy để kết hợp. Hương vị với bánh mì nướng hoặc lát cà chua và điều chỉnh muối và axit nếu cần. Để yên ít nhất 10 phút và loại bỏ tỏi trước khi sử dụng.

c) Đậy nắp và để lạnh thức ăn thừa trong tối đa 2 ngày.

d) Lý tưởng cho cà chua thái lát và Xa lát bơ, Xa lát Caprese, Panzanella mùa hè, bánh mì nướng Xa lát Ricotta và cà chua, Xa lát cà chua mùa hè và Xa lát thảo mộc.

77.Nước sốt rượu gạo

THÀNH PHẦN:
- 2 muỗng canh giấm rượu gạo
- 4 muỗng canh dầu có vị trung tính
- 1 tép tỏi
- Muối

HƯỚNG DẪN:
a) Đổ giấm và dầu ô liu vào một cái bát hoặc lọ nhỏ. Dùng lòng bàn tay đập tép tỏi vào quầy và thêm vào nước sốt.
b) Khuấy hoặc lắc để kết hợp, sau đó nếm với một lá rau diếp và điều chỉnh muối và axit nếu cần. Để yên ít nhất 10 phút, sau đó loại bỏ tỏi trước khi dùng nước sốt.
c) Đậy nắp và để lạnh thức ăn thừa trong tối đa 3 ngày.
d) Lý tưởng cho các loại rau diếp trong vườn, xà lách romaine và Little Gem, củ cải daikon cạo, cà rốt hoặc dưa chuột và cho bất kỳ món Xa lát bơ nào.

78.Đồng phục Caesar

THÀNH PHẦN:

- 4 con cá cơm đóng gói muối (hoặc 8 miếng phi-lê), ngâm nước và giũa
- 3/4 cốc Xốt mai-o-ne cơ bản cứng
- 1 tép tỏi, giã nhuyễn hoặc giã nhuyễn với một chút muối
- 3 đến 4 muỗng canh nước cốt chanh
- 1 muỗng cà phê giấm rượu trắng
- 3 ounce Parmesan, nghiền mịn (khoảng 1 cốc), cộng thêm để phục vụ
- 3/4 thìa cà phê sốt Worcestershire
- Hạt tiêu vừa mới nghiền
- Muối

HƯỚNG DẪN:

a) Cắt nhỏ cá cơm rồi giã thành bột mịn trong cối và chày. Bạn càng chia nhỏ chúng ra thì trang phục sẽ càng đẹp.

b) Trong một bát vừa, khuấy đều cá cơm, sốt xốt mai-o-ne, tỏi, nước cốt chanh, giấm, phô mai Parmesan, sốt Worcestershire và hạt tiêu. Hương vị với một lá rau diếp, sau đó thêm muối và điều chỉnh độ axit nếu cần. Hoặc, thực hành những gì bạn đã học về Phân lớp muối, thêm từng chút một từng thành phần mặn vào sốt xốt mai-o-ne. Điều chỉnh độ axit, sau đó nếm và điều chỉnh các thành phần mặn cho đến khi đạt được mức cân bằng lý tưởng giữa Muối, Chất béo và Axit. Việc áp dụng bài học bạn đọc trong sách vào thực tế đã bao giờ thú vị đến thế chưa? Tôi nghi ngờ điều đó.

c) Để làm món xa lát, hãy dùng tay trộn rau xanh và bánh mì nướng với nhiều nước sốt vào tô lớn để phủ đều. Trang trí với Parmesan và hạt tiêu đen mới xay và dùng ngay.

d) Làm lạnh băng còn sót lại, đậy kín, trong tối đa 3 ngày.

e) Lý tưởng cho món romaine và rau diếp Little Gem, rau diếp xoăn, cải xoăn sống hoặc chần, cải Brussels cạo râu, rau diếp xoăn của Bỉ.

79.Sốt kem thảo mộc

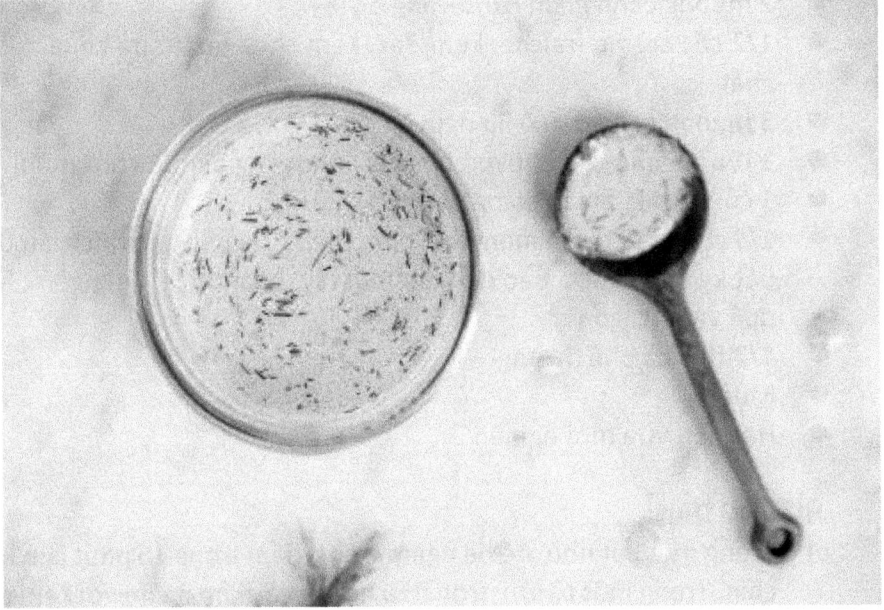

THÀNH PHẦN:

- 1 muỗng canh hẹ thái hạt lựu
- 2 muỗng canh giấm rượu vang đỏ
- 1/2 cốc crème fraîche, kem đặc, kem chua hoặc sữa chua nguyên chất
- 3 muỗng canh dầu ô liu nguyên chất
- 1 tép tỏi nhỏ, giã nhuyễn hoặc giã nhuyễn với một chút muối
- 1 củ hành lá, phần trắng và xanh thái nhỏ
- 1/4 chén rau thơm mềm thái nhỏ, theo tỷ lệ nào bạn thích. Sử dụng bất kỳ sự kết hợp nào của rau mùi tây, ngò, thì là, hẹ, ngò rí, húng quế và tarragon
- 1/2 thìa cà phê đường
- Muối
- Hạt tiêu vừa mới nghiền

HƯỚNG DẪN:

a) Trong một bát nhỏ, để hẹ ngâm trong giấm trong 15 phút cho hành chín. Trong một tô lớn, trộn đều hẹ tây và giấm ngâm với kem tươi, dầu ô liu, tỏi, hành lá, rau thơm, đường, một chút muối và một chút tiêu đen. Hương vị với một lá rau diếp, sau đó điều chỉnh muối và axit nếu cần.

b) Làm lạnh thức ăn thừa, đậy kín, trong tối đa 3 ngày.

c) Lý tưởng cho món romaine, Iceberg nêm, xà lách Little Gem, củ cải đường, dưa chuột, rau diếp xoăn của Bỉ và dùng kèm với cá nướng hoặc gà nướng, chấm món crudités, dùng kèm với các món chiên.

80.Sốt phô mai xanh

THÀNH PHẦN:

- 5 ounce phô mai xanh kem, chẳng hạn như Pháo đài đá, Bleu d'Auvergne hoặc Maytag Blue, vỡ vụn
- 1/2 cốc kem tươi, kem chua hoặc kem đặc
- 1/4 chén dầu ô liu nguyên chất
- 1 muỗng canh giấm rượu vang đỏ
- 1 tép tỏi nhỏ, giã nhuyễn hoặc giã nhuyễn với một chút muối
- Muối

HƯỚNG DẪN:

a) Trong tô vừa, dùng máy đánh trứng để trộn kỹ phô mai, kem tươi, dầu ô liu, giấm và tỏi. Ngoài ra, bạn có thể cho mọi thứ vào lọ, đậy kín nắp và lắc mạnh để kết hợp. Hương vị với một lá rau diếp, sau đó thêm muối và điều chỉnh độ axit nếu cần.

b) Làm lạnh thức ăn thừa, đậy kín, trong tối đa 3 ngày.

c) Lý tưởng cho món rau diếp xoăn của Bỉ, rau diếp xoăn, nêm Iceberg, Little Gem và rau diếp romaine. Loại nước sốt này cũng có tác dụng tuyệt vời như nước sốt cho bít tết hoặc nước chấm cho cà rốt và dưa chuột.

81.Trang phục nữ thần xanh

THÀNH PHẦN:

- 3 con cá cơm đóng gói muối (hoặc 6 miếng phi-lê), ngâm nước và giữa
- 1 quả bơ chín vừa, cắt đôi và bỏ hạt
- 1 tép tỏi, thái lát
- 4 muỗng cà phê giấm rượu vang đỏ
- 2 muỗng canh cộng với 2 muỗng cà phê nước cốt chanh
- 2 muỗng canh rau mùi tây thái nhỏ
- 2 muỗng canh rau mùi thái nhỏ
- 1 muỗng canh hẹ thái nhỏ
- 1 muỗng canh rau mùi thái nhỏ
- 1 thìa cà phê tarragon thái nhỏ
- 1/2 chén Xốt mai-o-ne cơ bản cứng
- Muối

HƯỚNG DẪN:

a) Cắt nhỏ cá cơm rồi giã thành bột mịn trong cối và chày. Bạn càng chia nhỏ chúng ra thì trang phục sẽ càng đẹp.

b) Cho cá cơm, bơ, tỏi, giấm, nước cốt chanh, rau thơm và sốt xốt mai-o-ne vào máy xay sinh tố hoặc máy chế biến thực phẩm cùng với một chút muối và xay cho đến khi thành kem, đặc và mịn. Hương vị và điều chỉnh muối và axit khi cần thiết. Để Green Goddess đặc để dùng làm nước chấm hoặc pha loãng với nước đến độ đặc mong muốn để làm nước sốt xa lát.

c) Làm lạnh thức ăn thừa, đậy kín, trong tối đa 3 ngày.

d) Lý tưởng cho món romaine, Iceberg nêm, xà lách Little Gem, củ cải đường, dưa chuột, rau diếp xoăn của Bỉ, dùng kèm với cá nướng hoặc gà nướng, món crudité chấm và Xa lát bơ.

82.Sốt Tahini

THÀNH PHẦN:
- 1/2 thìa cà phê hạt thì là hoặc 1/2 thìa cà phê thì là xay
- Muối
- 1/2 chén tahini
- 1/4 cốc nước cốt chanh mới vắt
- 2 muỗng canh dầu ô liu nguyên chất
- 1 tép tỏi, giã nhuyễn hoặc giã nhuyễn với một chút muối
- 1/4 thìa cà phê ớt cayenne xay
- 2 đến 4 muỗng canh nước đá

HƯỚNG DẪN:

a) Đặt hạt thì là vào chảo nhỏ, khô và đặt trên lửa vừa. Xoay chảo liên tục để đảm bảo nướng đều. Nướng cho đến khi vài hạt đầu tiên bắt đầu nổ và tỏa ra mùi thơm thơm, khoảng 3 phút. Hủy bỏ khỏi nhiệt. Đổ ngay hạt vào cối xay hoặc cối xay gia vị. Xay nhuyễn với một chút muối.

b) Cho thì là, tahini, nước cốt chanh, dầu, tỏi, ớt cayenne, 2 muỗng canh nước đá và một chút muối vào tô vừa và đánh đều. Ngoài ra, trộn mọi thứ lại với nhau trong máy xay thực phẩm. Hỗn hợp ban đầu có thể trông như bị vỡ, nhưng hãy tin tưởng rằng nó sẽ kết hợp với nhau thành một dạng nhũ tương mịn, dạng kem khi khuấy đều. Thêm nước nếu cần để pha loãng đến độ đặc mong muốn — để đặc để dùng làm nước chấm và pha loãng để trộn xa lát, rau hoặc thịt. Hương vị với một lá rau diếp, sau đó điều chỉnh muối và axit nếu cần.

c) Làm lạnh thức ăn thừa, đậy kín, trong tối đa 3 ngày.

83.Sốt mù tạt miso

THÀNH PHẦN:

- 4 muỗng canh miso trắng hoặc vàng
- 2 thìa mật ong
- 2 muỗng canh mù tạt Dijon
- 4 muỗng canh giấm rượu gạo
- 1 muỗng cà phê gừng nghiền mịn

HƯỚNG DẪN:

a) Trong một tô vừa, dùng máy đánh trứng để trộn kỹ mọi thứ cho đến khi mịn. Ngoài ra, bạn có thể cho tất cả nguyên liệu vào lọ, đậy kín nắp và lắc mạnh để hòa quyện. Hương vị với một lá rau diếp, sau đó điều chỉnh độ axit nếu cần.

b) Lý tưởng để trộn với bắp cải sống hoặc cải xoăn thái lát, rau diếp vườn, rau diếp romaine và Little Gem, rau diếp Bỉ và rưới lên cá nướng, gà nướng còn sót lại hoặc rau nướng.

84.Sốt chanh đậu phộng

THÀNH PHẦN:
- 1/4 cốc nước cốt chanh mới vắt
- 1 muỗng canh nước mắm
- 1 muỗng canh giấm rượu gạo
- 1 thìa cà phê nước tương
- 1 muỗng canh gừng nghiền mịn
- 1/4 cốc bơ đậu phộng
- 1/2 quả ớt jalapeño, bỏ cuống và thái lát
- 3 muỗng canh dầu có vị trung tính
- 1 tép tỏi, thái lát
- Tùy chọn: 1/4 chén lá ngò thái nhỏ

HƯỚNG DẪN:

a) Đặt tất cả nguyên liệu vào máy xay sinh tố hoặc máy chế biến thực phẩm và xay cho đến khi mịn. Pha loãng với nước đến độ đặc mong muốn — để nước đặc để dùng làm nước chấm và pha loãng để trộn với món xa lát, rau hoặc thịt. Hương vị với một lá rau diếp, sau đó điều chỉnh muối và axit nếu cần.

b) Làm lạnh thức ăn thừa, đậy kín, trong tối đa 3 ngày.

c) Lý tưởng cho dưa chuột, cơm hoặc mì soba, romaine và phục vụ cùng với thịt gà nướng hoặc quay, bít tết hoặc thịt lợn.

BỘT

85.Bột làm bánh bơ toàn phần

THÀNH PHẦN:

- 2 1/4 cốc (12 ounce) bột mì đa dụng
- 1 muỗng canh đường
- Một nhúm muối lớn
- 16 muỗng canh (8 ounce) bơ không muối ướp lạnh, cắt thành khối 1/2 inch
- Khoảng 1/2 cốc nước đá
- 1 muỗng cà phê giấm trắng

HƯỚNG DẪN:

a) Cho bột mì, đường và muối vào tô của máy trộn đứng có gắn cánh khuấy, sau đó đông lạnh toàn bộ trong 20 phút (nếu bạn không thể cho tô vào tủ đông thì chỉ cần đông lạnh nguyên liệu). Làm đông lạnh bơ và nước đá.

b) Lắp tô vào máy trộn và chuyển sang tốc độ thấp nhất. Thêm từng miếng bơ thành từng miếng nhỏ vào và trộn cho đến khi bơ trông giống như những miếng quả óc chó vỡ. Những miếng bơ riêng biệt sẽ tạo ra những mảng bột đẹp mắt, vì vậy hãy tránh trộn quá kỹ.

c) Thêm giấm vào một dòng mỏng. Thêm vừa đủ nước và trộn ít nhất có thể cho đến khi bột gần như không dính lại với nhau—có thể bạn sẽ cần gần 1/2 cốc. Một số bit xù xì là tốt. Nếu bạn không chắc bột có cần thêm nước hay không, hãy dừng máy trộn và lấy một nắm bột vào lòng bàn tay. Bóp thật mạnh rồi nhẹ nhàng tách nó ra. Nếu nó dễ vỡ vụn và cảm thấy rất khô, hãy thêm nhiều nước hơn. Nếu nó dính lại với nhau hoặc vỡ thành nhiều mảnh thì bạn đã hoàn thành.

d) Trên quầy, lấy một miếng màng bọc thực phẩm dài ra khỏi cuộn nhưng không cắt nó. Bằng một động tác nhanh chóng và dũng cảm, hãy lật bát lên màng bọc thực phẩm. Lấy bát ra và tránh chạm vào bột. Cắt nhựa ra khỏi cuộn và nhấc cả hai đầu lên, dùng nó để nặn tất cả bột thành một quả bóng. Đừng lo lắng nếu có một vài vết khô—bột sẽ hấp thụ độ ẩm đều theo thời gian. Vặn chặt nhựa xung quanh bột để tạo thành một quả bóng. Dùng dao sắc cắt quả bóng làm đôi qua tấm nhựa, dùng nhựa bọc chặt từng nửa quả bóng lại và ấn từng nửa vào đĩa. Thư giãn ít nhất 2 giờ hoặc qua đêm.

e) Để đông lạnh khối bột đã chuẩn bị sẵn trong tối đa 2 tháng, hãy bọc bột hai lần bằng nhựa rồi bọc trong giấy nhôm để tránh bị cháy trong tủ đông. Để bột rã đông trong tủ lạnh qua đêm trước khi sử dụng.

86.Bột bánh tart

THÀNH PHẦN:

- 1 2/3 cốc (8 1/2 ounce) bột mì đa dụng
- 2 thìa canh (1 ounce) đường
- 1/4 muỗng cà phê bột nở
- 1 thìa cà phê muối kosher hoặc 1/2 thìa cà phê muối biển mịn
- 8 thìa canh (4 ounce) bơ không muối cắt thành khối 1/2 inch, để lạnh
- 6 thìa canh (3 ounce) crème fraîche hoặc kem đặc, ướp lạnh
- 2 đến 4 muỗng canh nước đá

HƯỚNG DẪN:

a) Trộn đều bột mì, đường, bột nở và muối trong tô của máy trộn đứng. Để đông lạnh cùng với bơ và phần đính kèm cánh khuấy trong 20 phút. Làm lạnh kem tươi và kem trong tủ lạnh.

b) Đặt tô đựng nguyên liệu khô lên máy trộn đứng và lắp vào phụ kiện cánh khuấy. Giảm tốc độ xuống thấp và từ từ thêm các viên bơ vào. Sau khi thêm bơ vào, bạn có thể tăng tốc độ lên mức trung bình thấp.

c) Trộn bơ cho đến khi nó trông giống như những miếng có kích thước bằng quả óc chó vỡ (đừng trộn quá kỹ – một ít bơ cũng tốt!). Việc này sẽ mất khoảng 1 đến 2 phút trong máy trộn đứng, lâu hơn một chút nếu dùng bằng tay.

d) Thêm kem tươi. Trong một số trường hợp, điều này sẽ đủ để kết dính bột bằng cách trộn một chút. Trong những trường hợp khác, bạn có thể cần thêm một hoặc hai thìa nước đá. Hãy chống lại việc thêm quá nhiều nước hoặc trộn quá lâu để bột hòa quyện hoàn toàn với nhau. Một số bit xù xì là tốt. Nếu bạn không chắc bột có cần thêm nước hay không, hãy dừng máy trộn và lấy một nắm bột vào lòng bàn tay. Bóp thật mạnh rồi nhẹ nhàng tách nó ra. Nếu nó dễ vỡ vụn và cảm thấy rất khô, hãy thêm nhiều nước hơn. Nếu nó dính lại với nhau hoặc vỡ thành nhiều mảnh thì bạn đã hoàn thành.

e) Trên quầy, lấy một miếng màng bọc thực phẩm dài ra khỏi cuộn nhưng không cắt nó. Bằng một động tác nhanh chóng và dũng cảm, hãy lật bát lên màng bọc thực phẩm. Lấy bát ra và tránh chạm vào bột.

f) Cắt nhựa ra khỏi cuộn và nhấc cả hai đầu lên, dùng nó để nặn tất cả bột thành một quả bóng. Đừng lo lắng nếu có một số vết khô vì bột sẽ hấp thụ độ ẩm đều theo thời gian. Chỉ cần xoắn chặt nhựa xung quanh bột, ấn quả bóng vào đĩa và để lạnh ít nhất 2 giờ hoặc qua đêm.

g) Để đông bột trong tối đa 2 tháng, hãy bọc bột hai lần bằng nhựa rồi bọc trong giấy nhôm để tránh bị cháy trong tủ đông. Để bột rã đông trong tủ lạnh qua đêm trước khi sử dụng.

NGỌT VÀ TRÁNG MIỆNG

87.Dầu ô liu và muối biển Granola

THÀNH PHẦN:

- 3 cốc (10 1/2 ounce) yến mạch cán kiểu cũ
- 1 cốc (4 1/2 ounce) hạt bí ngô đã tách vỏ
- 1 cốc (5 ounce) hạt hướng dương đã tách vỏ
- 1 cốc (2 1/4 ounce) dừa vụn không đường
- 1 1/2 cốc (5 1/4 ounce) quả hồ đào cắt đôi
- 2/3 cốc xi-rô phong nguyên chất, tốt nhất là loại A đậm và đặc
- 1/2 chén dầu ô liu nguyên chất
- 1/3 cốc (2 3/4 ounce) đường nâu đóng gói
- Muối biển Sel gris hoặc Maldon
- Tùy chọn: 1 cốc (5 ounce) quả anh đào chua khô hoặc quả mơ khô cắt đôi

HƯỚNG DẪN:

a) Làm nóng lò ở nhiệt độ 300°F. Lót một tấm nướng có viền bằng giấy da. Để qua một bên.

b) Cho yến mạch, hạt bí ngô, hạt hướng dương, dừa, hồ đào, xi-rô cây thích, dầu ô liu, đường nâu và 1 thìa cà phê muối vào tô lớn và trộn cho đến khi hòa quyện. Trải hỗn hợp granola thành một lớp đều trên khay nướng đã chuẩn bị sẵn.

c) Cho vào lò nướng và nướng, dùng thìa kim loại khuấy đều sau mỗi 10 đến 15 phút cho đến khi granola được nướng và rất giòn, khoảng 45 đến 50 phút.

d) Lấy granola ra khỏi lò và nêm thêm muối cho vừa ăn.

e) Để nguội hoàn toàn. Khuấy anh đào khô hoặc mơ nếu muốn.

f) Bảo quản trong hộp kín tối đa 1 tháng.

g) Bốn điều cần làm với trái cây

h) Hầu hết thời gian, điều tốt nhất để làm với trái cây là tìm một miếng chín hoàn hảo và thưởng thức nó một cách thoải mái. Hầu hết các vết bẩn chạy dọc mặt trước của mỗi chiếc áo sơ mi mà tôi sở hữu đều chứng thực rằng tôi đã áp dụng quan điểm này suốt mùa hè dài với các loại quả mọng, xuân đào, đào, mận, dưa và bất cứ thứ gì khác mà tôi có thể chạm tay vào. Như nhà khoa học nhà bếp Harold McGee nói, "tất cả thức ăn nấu chín đều hướng tới trạng thái của trái cây". Vì tôi không nghĩ bạn có thể làm gì nhiều để cải thiện trái cây nên tôi đề xuất điều tốt nhất tiếp theo, đó là làm càng ít càng tốt. Ngoài bánh tart và bánh nướng, đây là bốn phương pháp tôi áp dụng để thể hiện vẻ đẹp rực rỡ của trái cây chín.

i) Chính vì những công thức này rất đơn giản nên chúng yêu cầu bạn phải bắt đầu với loại trái cây ngon nhất mà bạn có thể có được. Sử dụng trái cây chín vào thời điểm cao điểm của mùa (hoặc, đối với Granita, trái cây đông lạnh, đông lạnh ở thời điểm cao điểm). Bạn sẽ không hối tiếc nỗ lực thêm.

88.Bánh táo cổ điển

THÀNH PHẦN:

- 1 công thức (2 đĩa) Bột làm bánh All-Butter Pie ướp lạnh
- 2 1/2 pound táo chua, chẳng hạn như Honeycrisp, Fuji hoặc Sierra Beauty (khoảng 5 quả táo lớn)
- 1/2 muỗng cà phê quế xay
- 1/4 thìa cà phê hạt tiêu xay
- 1/2 thìa cà phê muối kosher hoặc 1/4 thìa cà phê muối biển mịn
- 1/2 cốc cộng với 1 thìa canh (4 1/2 ounce) đường nâu sẫm, đóng gói
- 3 muỗng canh bột mì đa dụng, cộng thêm để cán
- 1 muỗng canh giấm táo
- 2 muỗng canh kem đặc
- Đường cát hoặc đường demerara để rắc

HƯỚNG DẪN:

a) Làm nóng lò ở nhiệt độ 425°F và đặt giá đỡ vào vị trí chính giữa.

b) Cán một đĩa bột đã nguội trên một tấm bột mì cho đến khi nó dày khoảng 1/8 inch và có đường kính 12 inch. Quấn nó quanh một chiếc cán bột đã được rắc bột nhẹ và nhặt nó lên. Đặt bột lên chảo bánh 9 inch và trải ra, ấn nhẹ vào các góc của chảo.

c) Dùng kéo cắt bớt phần bột thừa, để lại phần nhô ra khoảng 1 inch và để đông trong 10 phút. Lưu và làm lạnh các phần đã được cắt bớt. Cán khối bột thứ hai theo cùng kích thước, cắt một lỗ hơi ở giữa và để nguội trong tủ lạnh.

d) Trong lúc đó, gọt vỏ, bỏ lõi và cắt táo thành lát 3/4 inch. Cho táo, quế, hạt tiêu, muối, đường, bột mì và giấm vào tô lớn rồi trộn đều. Đặt phần nhân vào chảo bánh đã chuẩn bị sẵn. Dùng cây cán bột, như bạn đã làm với mẻ bột đầu tiên, để nhấc và nhẹ nhàng lăn miếng bột thứ hai lên trên phần nhân bánh. Dùng kéo để cắt cả hai lớp vỏ cùng lúc, để lại phần nhô ra 1/2 inch.

e) Nhét 1/4 inch của đường viền bên dưới để bạn có một hình trụ cuộn nằm trên mép của đĩa bánh. Làm việc bằng một tay bên trong mép vỏ bánh và tay kia ở bên ngoài. Dùng ngón trỏ của bàn tay trong đẩy bột vào giữa ngón cái và ngón trỏ của bàn tay ngoài, tạo thành hình chữ V. Tiếp tục xung quanh lớp vỏ, đặt các chữ V cách nhau khoảng một inch.

f) Khi bạn gấp nếp, hãy kéo bột ra vừa qua mép chảo. Nó sẽ co lại khi nướng. Vá bất kỳ lỗ nào bằng bột trang trí.

g) Đóng băng toàn bộ chiếc bánh trong 20 phút. Sau khi lấy bánh ra khỏi tủ đông, đặt bánh lên khay nướng có lót giấy da.

h) Phủ một lớp kem đặc lên lớp vỏ trên, sau đó rắc đường. Nướng trên giá giữa ở 425°F trong 15 phút, sau đó giảm nhiệt xuống 400°F và nướng thêm 15 đến 20 phút nữa cho đến khi vàng nhẹ.

i) Giảm nhiệt xuống 350°F và nướng cho đến khi chín, thêm 45 phút nữa. Để bánh nguội trên giá lưới trong 2 giờ trước khi cắt lát.

89.Bánh bí đỏ cổ điển

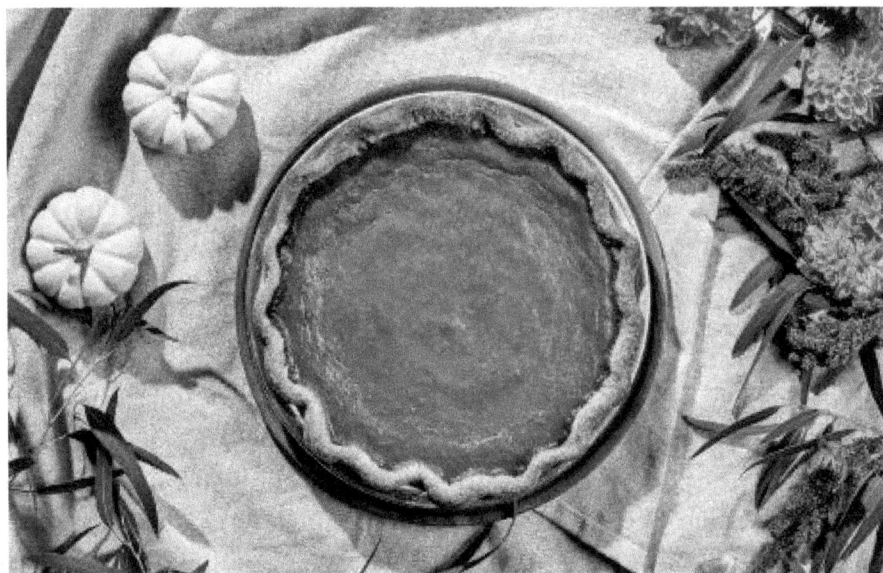

THÀNH PHẦN:

- 1/2 công thức (1 đĩa) Bột Bánh Pie Toàn Bơ ướp lạnh
- Bột để cán
- 2 quả trứng lớn
- 1 1/2 cốc kem đặc
- 15 ounce (1 lon lớn) bí ngô xay nhuyễn
- 3/4 cốc (5 1/4 ounce) đường
- 1 thìa cà phê muối kosher hoặc 1/2 thìa cà phê muối biển mịn
- 1 1/2 muỗng cà phê quế xay
- 1 thìa cà phê gừng xay
- 1/2 thìa cà phê đinh hương xay

HƯỚNG DẪN:

a) Làm nóng lò ở nhiệt độ 425°F và đặt giá đỡ vào vị trí chính giữa.

b) Cán bột đã nguội trên một tấm bột mì cho đến khi nó dày khoảng 1/8 inch và có đường kính 12 inch. Quấn nó quanh một chiếc cán bột đã được rắc bột nhẹ và nhặt nó lên. Đặt bột lên chảo bánh 9 inch và trải ra, ấn nhẹ vào các góc của chảo.

c) Cắt bỏ phần bột thừa bằng kéo, để lại phần nhô ra khoảng 3/4 inch. Lưu các trang trí.

d) Gấp bột bằng cách lăn bên dưới để bạn có một hình trụ cuộn nằm trên mép đĩa bánh. Làm việc bằng một tay bên trong mép vỏ bánh và tay kia ở bên ngoài. Dùng ngón trỏ của bàn tay trong đẩy bột vào giữa ngón cái và ngón trỏ của bàn tay ngoài, tạo thành hình chữ V.

e) Tiếp tục xung quanh lớp vỏ, đặt các chữ V cách nhau khoảng một inch. Khi bạn gấp nếp, hãy kéo bột ra vừa qua mép chảo. Nó sẽ co lại khi nướng. Vá bất kỳ lỗ nào bằng bột trang trí. Dùng nĩa đâm khắp bột, sau đó để đông trong 15 phút.

f) Đập trứng vào tô vừa và đánh trứng bằng máy đánh trứng. Thêm kem, bí ngô xay nhuyễn, đường, muối và gia vị vào tô và đánh thật đều để kết hợp. Đổ hỗn hợp sữa trứng vào vỏ đông lạnh.

g) Nướng ở 425°F trong 15 phút, sau đó giảm nhiệt xuống 325°F và nướng cho đến khi phần giữa vừa cứng lại, khoảng 40 phút nữa. Để nguội trên giá dây trong một giờ trước khi cắt.

h) Ăn kèm với kem vani đánh bông, quế hoặc caramen.

90.Bánh quy bơ sữa nhẹ và dễ bong

THÀNH PHẦN:
- 3 1/2 cốc (18 1/2 ounce) bột mì đa dụng
- 4 thìa cà phê bột nở
- 1 thìa cà phê muối kosher hoặc 1/2 thìa cà phê muối biển mịn
- 16 thìa canh (8 ounce) bơ không muối, cắt thành khối 1/2 inch và để lạnh
- 1 cốc bơ sữa, ướp lạnh
- 1 cốc kem đặc, ướp lạnh, cộng thêm 1/4 cốc nữa để đánh bánh quy

HƯỚNG DẪN:

a) Làm nóng lò ở nhiệt độ 450°F. Dòng hai tấm nướng bánh bằng giấy giấy da.

b) Làm đông khối bơ và sữa bơ trong 15 phút.

c) Cho bột mì, bột nở và muối vào tô của máy trộn đứng có gắn cánh khuấy và trộn ở tốc độ thấp cho đến khi hòa quyện, khoảng 30 giây.

d) Thêm một nửa số bơ vào, mỗi lần vài miếng bơ và tiếp tục trộn ở tốc độ thấp cho đến khi hỗn hợp trông có vẻ như cát và không nhìn thấy từng miếng bơ riêng biệt, khoảng 8 phút.

e) Thêm phần bơ còn lại và tiếp tục trộn cho đến khi các miếng bơ có kích thước bằng hạt đậu lớn, khoảng 4 phút.

f) Chuyển hỗn hợp sang một tô lớn, rộng và dùng ngón tay rất nhanh để làm phẳng những miếng bơ lớn nhất: lấy một ít bột mì lên tay và chạy ngón tay cái từ đầu ngón út đến đầu ngón trỏ dọc theo các đầu ngón tay như bạn đang làm câu "Cha-ching! Tiền mặt!" cử động.

g) Tạo một cái giếng ở giữa hỗn hợp. Đổ bơ sữa và 1 cốc kem vào giếng. Trộn bằng thìa cao su với các nét tròn, rộng cho đến khi bột quyện lại với nhau. Bột có thể vẫn còn xù xì, điều này không sao cả.

h) Nhẹ nhàng đổ bột lên quầy và lật bột ra khỏi bát. Nhẹ nhàng vỗ bột thành hình chữ nhật dày 3/4 inch, khoảng 9 inch x 13 inch. Gấp bột làm đôi, sau đó gấp lại, gấp lần thứ ba, sau đó dùng cán cán nhẹ nhàng cán bột lại thành hình chữ nhật dày 3/4 inch, khoảng 9 inch x 13 inch. Nếu mặt trên của bột chưa mịn, hãy nhẹ nhàng lặp lại thao tác cán này và gấp lại một hoặc hai lần nữa cho đến khi mịn.

i) Phủ nhẹ bột lên quầy và lăn bột lên độ cao khoảng 1 1/4 inch. Cắt thẳng xuống bằng máy cắt bánh quy 2 1/2 inch, lau và rắc bột vào máy cắt giữa mỗi lần cắt. Điều này sẽ đảm bảo bánh quy sẽ thẳng lên thay vì dốc xuống. Cuộn lại các mẩu vụn một lần và cắt phần bột còn lại thành bánh quy.

j) Đặt các bánh quy cách nhau khoảng 1/2 inch trên khay nướng đã chuẩn bị sẵn và phết một lớp kem lên trên. Nướng ở nhiệt độ 450°F trong 8 phút, sau đó xoay chảo và chuyển đổi vị trí lò nướng. Tiếp tục nướng thêm 8 đến 10 phút nữa, cho đến khi bánh có màu vàng nâu và khi cầm lên có cảm giác nhẹ.

k) Chuyển bánh quy sang giá lưới và để nguội trong 5 phút. Phục vụ ấm áp.

l) Để đông lạnh bánh quy trong tối đa 6 tuần, hãy đông lạnh bánh quy đã cắt thành từng lớp trên khay nướng cho đến khi cứng lại, sau đó chuyển vào túi nhựa đông lạnh và đông lạnh. Để nướng, không rã đông. Quét kem lên bánh quy đông lạnh và nướng trong 10 phút ở 450°F và 10 đến 12 phút ở 375°F.

91.Bánh tart táo và Frangipane

THÀNH PHẦN:

CHO HOA FRANGIPANE

- 3/4 cốc (4 ounce) hạnh nhân, nướng
- 3 thìa đường
- 2 thìa canh (1 ounce) bột hạnh nhân
- 4 thìa canh (2 ounce) bơ không muối ở nhiệt độ phòng
- 1 trứng lớn
- 1 thìa cà phê muối kosher hoặc 1/2 thìa cà phê muối biển mịn
- 1/2 muỗng cà phê chiết xuất vani
- 1/2 muỗng cà phê chiết xuất hạnh nhân

CHO BÁNH TART

- 1 công thức Bột Tart, ướp lạnh
- Bột để cán
- 6 quả táo chua, giòn như Honeycrisp, Sierra Beauty hay Pink Lady
- Kem béo
- Đường để rắc

HƯỚNG DẪN:

a) Để làm frangipane, cho hạnh nhân và đường vào máy xay thực phẩm và xay cho đến khi thật mịn. Thêm bột hạnh nhân, bơ, trứng, muối, vani và chiết xuất hạnh nhân và trộn cho đến khi bạn có một hỗn hợp mịn.

b) Lật ngược khay nướng có viền và đặt một miếng giấy da lên trên (việc tạo hình và gấp bánh sẽ dễ dàng hơn mà không bị vướng vào mép chảo). Để qua một bên.

c) Trước khi mở bột, lăn đĩa trên cạnh của nó trên quầy để tạo thành một hình tròn đồng nhất. Lấy bột ra và rắc bột mì lên mặt quầy, cây cán bột và bột để chống dính. Làm nhanh, cán bột thành hình tròn 14 inch, độ dày khoảng 1/8 inch.

d) Để cuộn bột thành hình tròn dễ dàng hơn, hãy xoay bột một phần tư vòng mỗi lần cuộn. Nếu bột bắt đầu dính, hãy cẩn thận nhấc nó ra khỏi quầy và sử dụng thêm bột nếu cần.

e) Cán bột lên cây cán bột và nhẹ nhàng nhấc bột ra khỏi quầy. Cẩn thận cuộn nó lên khay nướng có lót giấy da lộn ngược. Làm lạnh trong 20 phút.

f) Trong khi chờ đợi, hãy làm việc trên trái cây. Gọt vỏ, bỏ lõi và cắt táo thành lát 1/4 inch. Nếm thử một miếng. Nếu táo thực sự có vị chua, hãy đặt chúng vào một cái tô lớn, rắc 1 đến 2 thìa đường rồi trộn đều.

g) Sử dụng thìa cao su hoặc thìa bù đắp để phết một lớp frangipane dày 1/8 inch lên khắp bề mặt của bột đã nguội, để hở 2 inch bên ngoài.

h) Xếp các quả táo lên frangipane, đảm bảo có nhiều lớp chồng lên nhau. Khi trái cây nấu chín, nó sẽ co lại và bạn không muốn để lại bất kỳ bộ phận trần trụi nào trên chiếc bánh tart của mình. Để tạo kiểu xương cá, hãy đặt hai hàng lát táo nghiêng một góc 45 độ (đảm bảo tất cả chúng đều hướng về cùng một hướng), sau đó đảo ngược góc của hai hàng tiếp theo thành 135 độ. Tiếp tục làm mẫu cho đến khi bột phủ đầy trái cây. Sử dụng hai màu sắc khác nhau của trái cây để có một chiếc bánh tart đặc biệt nổi bật; ở đây chúng tôi sử dụng nhiều loại táo tên là Ruby Red, xen kẽ với táo Sierra Beauty. Táo Pink Pearl với lớp thịt ngọt ngào như kẹo bông cũng rất đẹp mắt. Mận xanh và tím, mộc qua luộc hoặc lê ngâm rượu vang đỏ hoặc trắng cũng có thể mang lại màu sắc đẹp mắt để bạn thực hiện. (Nếu sử dụng nhiều hơn một màu, mẫu sẽ trở thành 45 độ màu A, 45 độ màu B, 135 độ màu B, 135 độ màu A để đạt được sọc.)

i) Để tạo lớp vỏ xếp nếp, hãy gấp lớp bột bên ngoài lên trên theo khoảng cách 1 1/2 inch trong khi xoay bánh tart. Với mỗi nếp gấp, hãy gấp bột thật chặt và đẩy nó lên hình tròn bên ngoài của trái cây. Để có vẻ ngoài mộc mạc hơn, bạn chỉ cần gấp bột lên trái cây đều đặn. Để nó trên giấy da, đặt bánh tart lên khay nướng, bây giờ ở mặt trên và để trong tủ lạnh trong 20 phút.

j) Làm nóng lò ở nhiệt độ 425°F và đặt giá đỡ vào vị trí chính giữa của lò. Ngay trước khi nướng, phết một lớp kem đặc lên vỏ bánh và rắc đường lên trên. Rắc một ít đường lên trái cây. (Quét bánh tart mặn bằng một quả trứng đánh nhẹ và bỏ đường. Khi làm với các loại trái cây nhiều nước, chẳng hạn như đại hoàng hoặc mơ, hãy nướng bánh tart trong 15 phút trước khi rắc đường lên trái cây, điều này sẽ khuyến khích quá trình thẩm thấu và khiến bánh bị chảy nước. Hãy tạo cho lớp vỏ một khởi đầu thuận lợi để nó có thể đứng vững trước trái cây.)

k) Nướng trên giá giữa của lò ở nhiệt độ 425°F trong 20 phút. Sau đó giảm nhiệt xuống 400°F trong 15 đến 20 phút nữa. Sau đó giảm nhiệt xuống 350 đến 375°F (tùy theo độ sẫm màu của vỏ bánh) và nấu cho đến khi chín, khoảng 20 phút nữa. Xoay bánh tart khi nướng để bánh chín đều. Nếu vỏ bánh chuyển sang màu nâu quá nhanh, hãy đặt một miếng giấy da lên bánh tart và tiếp tục nướng.

l) Bánh tart sẽ chín khi trái cây mềm, vỏ bánh có màu nâu vàng đậm, bạn có thể dùng dao gọt dưới bánh tart và nhấc bánh ra khỏi chảo một cách dễ dàng. Mặt dưới cũng phải có màu vàng.

m) Lấy ra khỏi lò và để nguội trên giá lưới trong 45 phút trước khi cắt. Dùng nóng hoặc nguội, với kem, Kem thơm hoặc crème fraîche.

n) Đậy nắp và làm lạnh frangipane chưa sử dụng trong tối đa 1 tuần. Giữ bánh tart chưa ăn được bọc ở nhiệt độ phòng trong tối đa 1 ngày.

92.Ép nó và làm Granita

THÀNH PHẦN:
GRANITA CAM
- 2 cốc nước cam
- 1/4 cốc (1 3/4 ounce) đường
- 6 thìa nước cốt chanh
- Chút muối

CÀFÊ SINH TỐ
- 2 cốc cà phê được pha đặc
- 1/2 cốc (3 1/2 ounce) đường
- Chút muối

HƯỚNG DẪN:

a) Đổ hỗn hợp ở trên—hoặc hỗn hợp do chính bạn nghĩ ra—vào đĩa hoặc bát không phản ứng (tức là bằng thép không gỉ, thủy tinh hoặc gốm).

b) Hỗn hợp phải ngập sâu ít nhất một inch trong đĩa. Đặt trong tủ đông. Sau khoảng một giờ, thỉnh thoảng bắt đầu khuấy bằng nĩa khi thời gian cho phép. Khi bạn khuấy, hãy đảm bảo trộn đều các cạnh đông lạnh hơn và lớp trên cùng với phần trung tâm mềm hơn. Bạn càng khuấy kỹ thì Granita thành phẩm sẽ càng mịn và có kết cấu đồng đều hơn (ít đóng băng hơn).

c) Làm đông đá Granita cho đến khi đông cứng hoàn toàn, khoảng 8 giờ. Khuấy mọi thứ tối thiểu ba lần trong suốt quá trình đông lạnh, sau đó cạo kỹ lần cuối cùng cho Granita ngay trước khi dùng cho đến khi nó có kết cấu như đá bào.

d) Ăn kèm với kem hoặc một ít Kem thơm nếu muốn. Bảo quản, đậy kín, trong tủ đông tối đa một tuần.

93.Bánh nửa đêm sô cô la

THÀNH PHẦN:
- 1/2 cốc (2 ounce) bột ca cao chế biến ở Hà Lan, tốt nhất là Valrhona
- 1 1/2 cốc (10 1/2 ounce) đường
- 2 thìa cà phê muối kosher hoặc 1 thìa cà phê muối biển mịn
- 1 3/4 cốc (9 1/4 ounce) bột mì đa dụng
- 1 muỗng cà phê baking soda
- 2 muỗng cà phê chiết xuất vani
- 1/2 chén dầu có vị trung tính
- 1 1/2 cốc nước sôi hoặc cà phê đậm mới pha
- 2 quả trứng lớn ở nhiệt độ phòng, đánh nhẹ
- 2 cốc kem vani

HƯỚNG DẪN:

a) Làm nóng lò ở nhiệt độ 350°F. Đặt giá đỡ ở phần trên của lò nướng.

b) Mỡ hai chảo bánh 8 inch, sau đó lót giấy da. Mỡ và rắc nhiều bột mì, loại bỏ phần thừa và đặt sang một bên.

c) Trong một tô vừa, trộn ca cao, đường, muối, bột mì và baking soda rồi rây vào tô lớn.

d) Trong một tô vừa, khuấy vani và dầu với nhau. Đun sôi nước hoặc pha cà phê. Thêm nó vào hỗn hợp dầu-vani.

e) Tạo một cái giếng ở giữa nguyên liệu khô và trộn dần hỗn hợp nước-dầu cho đến khi hòa quyện. Từ từ cho trứng vào và khuấy đều cho đến khi mịn. Bột sẽ mỏng.

f) Chia đều bột vào các chảo đã chuẩn bị. Thả chảo lên quầy từ độ cao 3 inch vài lần để giải phóng bọt khí có thể đã hình thành.

g) Nướng ở phần trên của lò trong 25 đến 30 phút, cho đến khi bánh mềm lại khi chạm vào và chỉ kéo ra khỏi mép chảo. Một cây tăm được cắm vào sẽ sạch sẽ.

h) Làm nguội hoàn toàn bánh trên giá lưới trước khi lấy bánh ra khỏi khuôn và bóc giấy da. Để phục vụ, đặt một lớp xuống đĩa bánh. Phết 1 cốc Kem Vani vào giữa bánh và nhẹ nhàng đặt lớp thứ hai lên trên. Phết phần kem còn lại lên giữa lớp trên cùng và để lạnh tối đa 2 giờ trước khi dùng.

i) Ngoài ra, có thể phủ kem phô mai lên trên, dùng kèm với kem hoặc đơn giản là phủ bánh với bột ca cao hoặc đường bột. Bột cũng làm ra những chiếc bánh nướng nhỏ tuyệt vời!

j) Bánh được gói kín có thể bảo quản được 4 ngày ở nhiệt độ phòng hoặc 2 tháng ở ngăn đá.

94.Bánh Gừng Tươi Mật Đường

THÀNH PHẦN:

- 1 cốc (4 ounce) gừng tươi gọt vỏ, thái lát mỏng (khoảng 5 ounce chưa gọt vỏ)
- 1 cốc (7 ounce) đường
- 1 chén dầu có vị trung tính
- 1 cốc mật đường
- 2 1/3 cốc (12 ounce) bột mì đa dụng
- 1 muỗng cà phê quế xay
- 1 thìa cà phê gừng xay
- 1/2 thìa cà phê đinh hương xay
- 1/4 thìa cà phê tiêu đen mới xay
- 2 thìa cà phê muối kosher hoặc 1 thìa cà phê muối biển mịn
- 2 thìa cà phê baking soda
- 1 cốc nước sôi
- 2 quả trứng lớn ở nhiệt độ phòng
- 2 cốc kem vani

HƯỚNG DẪN:

a) Làm nóng lò ở nhiệt độ 350°F. Đặt giá đỡ ở phần trên của lò nướng. Mỡ hai chảo bánh 9 inch, sau đó lót giấy da. Mỡ và rắc nhiều bột mì, loại bỏ phần thừa và đặt sang một bên.

b) Nghiền nhuyễn gừng tươi và đường trong máy xay thực phẩm hoặc máy xay sinh tố cho đến khi mịn hoàn toàn, khoảng 4 phút. Đổ hỗn hợp vào tô vừa và thêm dầu và mật đường. Đánh đều để kết hợp và đặt sang một bên.

c) Trong một tô vừa, trộn đều bột mì, quế, gừng, đinh hương, tiêu, muối và baking soda, sau đó rây vào một tô lớn. Để qua một bên.

d) Đổ nước sôi vào hỗn hợp đường-dầu cho đến khi hòa quyện đều.

e) Tạo một cái giếng ở giữa nguyên liệu khô và trộn dần hỗn hợp nước-dầu cho đến khi hòa quyện. Từ từ cho trứng vào và khuấy đều cho đến khi mịn. Bột sẽ mỏng.

f) Chia đều bột vào các chảo đã chuẩn bị. Thả chảo lên quầy từ độ cao 3 inch vài lần để giải phóng bọt khí có thể đã hình thành.

g) Nướng ở phần trên của lò trong 38 đến 40 phút, cho đến khi bánh mềm ra khi chạm vào và chỉ kéo ra khỏi mép chảo. Một cây tăm được cắm vào sẽ sạch sẽ.

h) Làm nguội hoàn toàn bánh trên giá lưới trước khi lấy bánh ra khỏi khuôn và bóc giấy da.

i) Để phục vụ, đặt một lớp xuống đĩa bánh. Phết 1 cốc Kem Vani vào giữa bánh và nhẹ nhàng đặt lớp thứ hai lên trên. Phết phần kem còn lại lên giữa lớp trên cùng và để lạnh tối đa 2 giờ trước khi dùng.

j) Ngoài ra, có thể phủ kem phô mai lên trên, dùng kèm với kem hoặc đơn giản là phủ bánh ngọt với đường bột. Bột cũng làm ra những chiếc bánh nướng nhỏ tuyệt vời!

k) Bánh được gói kín có thể bảo quản được 4 ngày ở nhiệt độ phòng hoặc 2 tháng ở ngăn đá.

95.Bánh trà hạnh nhân và bạch đậu khấu

THÀNH PHẦN:

CHO BÊN TRÊN HẠNH NHÂN

- 4 muỗng canh bơ (2 ounce)
- 3 thìa đường
- 1 chén hạnh nhân thái lát (3 ounce)
- Một nhúm muối mịn, chẳng hạn như Maldon

CHO BÁNH

- 1 cốc (5 1/4 ounce) bột bánh
- 1 thìa cà phê bột nở
- 1 thìa cà phê muối kosher hoặc 1/2 thìa cà phê muối biển mịn
- 1 muỗng cà phê chiết xuất vani
- 2 1/2 muỗng cà phê bạch đậu khấu xay
- 4 quả trứng lớn ở nhiệt độ phòng
- 1 cốc bột hạnh nhân (9 1/2 ounce) ở nhiệt độ phòng
- 1 cốc (7 ounce) đường
- 16 thìa bơ (8 ounce) ở nhiệt độ phòng, cắt thành khối

HƯỚNG DẪN:

a) Làm nóng lò ở nhiệt độ 350°F. Đặt giá đỡ ở phần trên của lò nướng. Bơ và bột mì vào khuôn bánh tròn 9 x 2 inch, sau đó lót giấy da.

b) Làm topping hạnh nhân. Trong một cái chảo nhỏ đặt trên lửa vừa cao, nấu bơ và đường trong khoảng 3 phút, cho đến khi đường tan hoàn toàn và bơ sủi bọt và sủi bọt. Tắt bếp và cho hạnh nhân thái lát và muối vụn vào khuấy đều. Đổ hỗn hợp này vào chảo bánh và dùng thìa cao su dàn đều khắp đáy chảo.

c) Đối với phần bánh, rây bột mì, bột nở và muối lên một tờ giấy nến cho đều và loại bỏ vón cục. Để qua một bên.

d) Trong một bát nhỏ, trộn đều vani, bạch đậu khấu và trứng. Để qua một bên.

e) Đặt bột hạnh nhân vào tô của máy xay thực phẩm và xay vài lần để phá vỡ nó. Thêm 1 cốc đường và xay trong 90 giây hoặc cho đến khi hỗn hợp mịn như cát. Nếu bạn không có máy xay thực phẩm, hãy thực hiện việc này bằng máy trộn đứng. Việc này sẽ lâu hơn một chút, khoảng 5 phút.

f) Thêm bơ và tiếp tục chế biến cho đến khi hỗn hợp rất nhẹ và mịn, ít nhất 2 phút. Dừng lại và cạo các cạnh của bát để đảm bảo mọi thứ được kết hợp đồng đều.

g) Khi bật máy, từ từ thêm hỗn hợp trứng vào, từng thìa một, như thể đang làm sốt xốt mai-o-ne (đây thực sự là một loại nhũ tương!). Để mỗi lần thêm trứng được hấp thụ và hỗn hợp lấy lại vẻ mịn màng, mượt mà trước khi thêm trứng vào. Khi đã cho hết trứng vào, dừng lại và dùng thìa cao su cạo thành bát, sau đó tiếp tục trộn cho đến khi hòa quyện. Cạo bột vào một cái tô lớn.

h) Nhấc giấy nến lên và dùng nó để rắc bột mì lên trên bột thành ba mẻ. Nhẹ nhàng trộn bột vào giữa các lần thêm cho đến khi vừa trộn. Tránh trộn quá kỹ sẽ khiến bánh bị dai.

i) Đổ bột vào chảo đã chuẩn bị sẵn và nướng trên giá đã chuẩn bị sẵn trong 55 đến 60 phút hoặc cho đến khi cắm tăm vào và thấy tăm sạch. Bánh sẽ chỉ bong ra khỏi thành chảo khi đã chín. Để bánh nguội trên giá lưới. Dùng dao dọc theo thành chảo, sau đó đun nóng đáy chảo ngay trên mặt bếp trong vài giây để bánh nở ra. Lấy giấy ra và đặt lên đĩa bánh cho đến khi sẵn sàng phục vụ.

j) Phục vụ bánh này một mình, hoặc với một loại quả mọng hoặc trái cây đá Compote và Kem Vani hoặc Bạch đậu khấu.

k) Bánh được gói kín có thể bảo quản được 4 ngày ở nhiệt độ phòng hoặc 2 tháng ở ngăn đá.

96.Bánh pudding sô cô la đắng

THÀNH PHẦN:

- 4 ounce sôcôla đắng, cắt nhỏ
- 3 quả trứng lớn
- 3 cốc rưỡi
- 3 muỗng canh (3/4 ounce) bột ngô
- 1/2 cốc + 2 thìa canh (5 ounce) đường
- 3 muỗng canh (chỉ hơn 1/2 ounce) bột ca cao
- 1 1/4 thìa cà phê muối kosher hoặc chất đống 1/2 thìa cà phê muối biển mịn

HƯỚNG DẪN:

a) Đặt sô cô la vào một cái tô lớn chịu nhiệt và đặt một cái rây mịn lên trên. Để qua một bên.

b) Đập trứng vào tô vừa và đánh nhẹ. Để qua một bên.

c) Đổ nửa rưỡi vào nồi vừa và đặt trên lửa nhỏ. Tắt bếp ngay khi nó bắt đầu bốc hơi và sôi. Đừng để nó sôi - khi sữa sôi, nhũ tương của nó sẽ vỡ ra và protein sẽ đông lại. Kết cấu của sữa trứng làm từ sữa đun sôi sẽ không bao giờ mịn hoàn toàn.

d) Trong một tô trộn, trộn đều bột bắp, đường, bột cacao và muối. Đánh đều trong nửa rưỡi ấm áp. Cho hỗn hợp trở lại nồi và đặt trên lửa vừa thấp.

e) Nấu, khuấy liên tục bằng thìa cao su trong khoảng 6 phút, cho đến khi hỗn hợp đặc lại rõ rệt. Hủy bỏ khỏi nhiệt. Để kiểm tra xem hỗn hợp có đủ đặc hay không, hãy dùng ngón tay vạch một đường xuyên qua bánh pudding ở mặt sau thìa. Nó sẽ giữ một dòng.

f) Từ từ thêm khoảng 2 cốc hỗn hợp pudding nóng vào trứng trong khi đánh liên tục, sau đó cho tất cả trở lại nồi và đun trên lửa nhỏ. Tiếp tục khuấy liên tục, nấu thêm khoảng một phút nữa cho đến khi hỗn hợp đặc lại rõ rệt hoặc ghi lại 208°F trên nhiệt kế. Tắt bếp và đổ qua rây. Dùng muôi nhỏ hoặc thìa cao su để dẫn bánh qua rây.

g) Để nhiệt dư làm tan chảy sô cô la. Sử dụng máy xay sinh tố (hoặc máy xay sinh tố dạng que, nếu có) để xay kỹ cho đến khi hỗn hợp mịn và mượt. Hương vị và điều chỉnh muối khi cần thiết.

h) Đổ ngay vào 6 cốc riêng lẻ. Nhẹ nhàng gõ nhẹ vào đáy mỗi cốc trên quầy để làm vỡ bọt khí. Để bánh pudding nguội. Phục vụ ở nhiệt độ phòng, trang trí với Kem thơm.

i) Để trong tủ lạnh, đậy kín, tối đa 4 ngày.

97.Panna Cotta bơ sữa

THÀNH PHẦN:

- Dầu có vị trung tính
- 1 1/4 cốc kem nặng
- 7 thìa canh (3 ounce) đường
- 1/2 thìa cà phê muối kosher hoặc 1/4 thìa cà phê muối biển mịn
- 1 1/2 thìa cà phê gelatin dạng bột không có hương vị
- 1/2 quả vani, chia theo chiều dọc
- 1 3/4 cốc bơ sữa

HƯỚNG DẪN:

a) Dùng chổi quét bánh ngọt hoặc ngón tay của bạn phết nhẹ dầu vào bên trong sáu chiếc ramekins nặng 6 ounce, bát nhỏ hoặc cốc.

b) Cho kem, đường và muối vào nồi nhỏ. Cạo hạt từ đậu vani vào chảo rồi cho đậu vào.

c) Cho 1 thìa nước lạnh vào tô nhỏ, sau đó rắc nhẹ gelatin lên trên. Để yên trong 5 phút cho tan.

d) Đun nóng kem nhẹ nhàng trên lửa vừa, khuấy đều cho đến khi đường tan và hơi nước bắt đầu bốc lên từ kem, khoảng 4 phút (đừng để kem sôi vì nó sẽ vô hiệu hóa gelatin nếu quá nóng). Giảm nhiệt xuống rất thấp, thêm gelatin và khuấy đều cho đến khi tan hết gelatin, khoảng 1 phút. Tắt bếp và thêm bơ sữa. Lọc qua rây mịn cho vào cốc đo có vòi.

e) Đổ hỗn hợp vào các khuôn ramekin đã chuẩn bị sẵn, bọc lại bằng màng bọc thực phẩm và để trong tủ lạnh cho đến khi đông lại, ít nhất 4 giờ hoặc qua đêm.

f) Để lấy ra khỏi khuôn, hãy nhúng ramekins vào một đĩa nước nóng, sau đó úp sữa trứng ra đĩa. Trang trí với trái cây họ cam quýt, quả mọng hoặc hạt đá Compote.

g) Có thể chuẩn bị trước 2 ngày.

98.Bánh trứng đường Marshmallowy

THÀNH PHẦN:

- 4 1/2 thìa cà phê (1/2 ounce) bột ngô
- 1 1/2 cốc (10 1/2 ounce) đường
- 3/4 cốc lòng trắng trứng (6 ounce/khoảng 6 lớn) ở nhiệt độ phòng
- 1/2 muỗng cà phê kem tartar
- Chút muối
- 1 1/2 muỗng cà phê chiết xuất vani

HƯỚNG DẪN:

a) Làm nóng lò ở nhiệt độ 250°F. Dòng hai tấm nướng bánh bằng giấy giấy da.

b) Trong một bát nhỏ, trộn đều bột ngô và đường.

c) Trong tô của máy trộn đứng có gắn phụ kiện đánh trứng (nếu không có máy trộn đứng, bạn có thể sử dụng máy trộn cầm tay điện có phụ kiện đánh trứng), đánh bông lòng trắng trứng, kem tartar và muối. Bắt đầu ở tốc độ thấp, từ từ tăng lên tốc độ trung bình cho đến khi bắt đầu nhìn thấy các vệt và bong bóng lòng trắng trứng rất nhỏ và đồng đều, khoảng 2 đến 3 phút. Hãy dành thời gian của bạn ở đây.

d) Tăng tốc độ lên mức trung bình cao, rắc từ từ và dần dần vào hỗn hợp đường-bột ngô. Vài phút sau khi thêm đường, từ từ đổ vani vào. Tăng nhẹ tốc độ và đánh cho đến khi meringue bóng và tạo thành chóp cứng khi nhấc máy đánh trứng lên, khoảng 3 đến 4 phút.

e) Múc từng thìa bánh trứng đường cỡ quả bóng gôn lên giấy da, dùng thìa thứ hai để cạo nó ra khỏi thìa. Vuốt nhẹ cổ tay của bạn để tạo thành các đỉnh không đều trên mỗi chiếc bánh trứng đường.

f) Cho khay nướng vào lò và giảm nhiệt độ xuống 225°F.

g) Sau 25 phút, xoay chảo 180 độ và chuyển vị trí của chúng trên giá đỡ. Nếu bánh trứng đường có vẻ bị đổi màu hoặc nứt, hãy giảm nhiệt độ xuống 200°F.

h) Tiếp tục nướng thêm 20 đến 25 phút nữa, cho đến khi bánh trứng đường dễ dàng nhấc ra khỏi giấy, mặt ngoài giòn và khô khi chạm vào và phần giữa vẫn còn dẻo dai. Chỉ cần nếm thử một cái để kiểm tra!

i) Nhẹ nhàng nhấc bánh trứng đường ra khỏi khay nướng và để nguội trên giá lưới.

j) Chúng sẽ được bảo quản trong hộp đậy kín ở nhiệt độ phòng hoặc được bọc riêng lẻ trong tối đa một tuần nếu nhà bạn không ẩm ướt.

99.Kem thơm

THÀNH PHẦN:

- 1 cốc kem nặng, ướp lạnh
- 1 1/2 muỗng cà phê đường
- Bất kỳ tùy chọn hương vị

HƯỚNG DẪN:

a) Làm lạnh một tô kim loại lớn, sâu lòng (hoặc tô của máy trộn đứng) và máy đánh trứng (hoặc phụ kiện đánh trứng) trong ngăn đá ít nhất 20 phút trước khi bắt đầu. Khi bát đã nguội, chuẩn bị kem với hương liệu bạn chọn theo hướng dẫn bên dưới, sau đó thêm đường.

b) Đánh đều cho đến khi xuất hiện các đỉnh mềm đầu tiên. Nếu dùng máy, hãy chuyển sang máy đánh trứng cầm tay và tiếp tục đánh cho đến khi hòa quyện hết phần kem lỏng và kết cấu kem mềm mịn như sóng đồng đều.

c) Nếm thử và điều chỉnh độ ngọt, hương vị theo ý muốn. Giữ lạnh cho đến khi phục vụ.

d) Đậy nắp và để lạnh thức ăn thừa trong tối đa 2 ngày. Dùng máy đánh trứng để đánh kem đã xì hơi trở lại đỉnh mềm khi cần thiết.

100.Sốt Caramen Muối

THÀNH PHẦN:

- 6 muỗng canh (3 ounce) bơ không muối
- 3/4 cốc đường (5 1/4 ounce)
- 1/2 cốc kem nặng
- 1/2 muỗng cà phê chiết xuất vani
- Muối

HƯỚNG DẪN:

a) Đun chảy bơ trong chảo sâu lòng, chịu nhiệt trên lửa vừa. Khuấy đường và tăng nhiệt lên cao. Đừng lo lắng nếu hỗn hợp tách ra và trông có vẻ bị vỡ. Hãy giữ vững niềm tin-nó sẽ quay lại với nhau. Khuấy cho đến khi hỗn hợp sôi trở lại thì ngừng khuấy. Khi caramen bắt đầu có màu, hãy xoay chảo cẩn thận để có màu nâu đều.

b) Nấu cho đến khi đường có màu nâu vàng đậm và bắt đầu bốc khói, khoảng 10 đến 12 phút.

c) Tắt bếp và cho kem vào ngay. Hãy cẩn thận vì hỗn hợp quá nóng sẽ sủi bọt dữ dội và có thể bắn tung tóe. Nếu vẫn còn cục caramen, hãy đánh nhẹ nước sốt trên lửa nhỏ cho đến khi chúng tan.

d) Làm nguội caramen ở mức ấm, sau đó nêm vani và một chút muối lớn. Khuấy, nếm và điều chỉnh lượng muối nếu cần. Caramen sẽ đặc lại khi nguội.

e) Đậy nắp và làm lạnh thức ăn thừa trong tối đa 2 tuần. Hâm nóng nhẹ trong lò vi sóng hoặc bằng cách khuấy trong chảo ở lửa rất thấp.

PHẦN KẾT LUẬN

Khi kết thúc hành trình khám phá "Sách dạy nấu ăn về Muối, Chất béo, Axit, Nhiệt", chúng tôi hy vọng bạn đã hiểu sâu hơn và đánh giá cao sức mạnh biến đổi của bốn yếu tố thiết yếu này trong nấu ăn. Muối, chất béo, axit và nhiệt không chỉ là thành phần; chúng là nền tảng để tạo nên những món ăn tuyệt vời. Khi bạn tiếp tục hành trình ẩm thực của mình, mong rằng kiến thức và kỹ năng bạn thu được từ cuốn sách nấu ăn này sẽ giúp bạn tạo ra những món ăn không chỉ ngon mà còn thực sự đáng nhớ.

Khi lật những trang cuối cùng của cuốn sách nấu ăn này và hương thơm của món ăn mới nhất của bạn tràn ngập trong không khí, hãy biết rằng cuộc hành trình không kết thúc ở đây. Nắm bắt các nguyên tắc về muối, chất béo, axit và nhiệt trong nấu ăn hàng ngày của bạn, thử nghiệm các kỹ thuật mới và sự kết hợp hương vị, đồng thời để khả năng sáng tạo của bạn tỏa sáng khi bạn khám phá khả năng vô tận của bốn yếu tố này.

Cảm ơn bạn đã tham gia cùng chúng tôi trong cuộc hành trình đầy hương vị xuyên qua thế giới của muối, chất béo, axit và nhiệt. Chúc nhà bếp của bạn tràn ngập tiếng xèo xèo của chảo rán, mùi thơm của gia vị mới xay và sự hài lòng khi tạo ra những món ăn làm thỏa mãn các giác quan và nuôi dưỡng tâm hồn. Cho đến khi chúng ta gặp lại nhau, chúc bạn nấu ăn vui vẻ và ngon miệng!

Milton Keynes UK
Ingram Content Group UK Ltd.
UKHW030744121124
451094UK00013B/974

9 781836 875642